कुत्रे

विजय तेंडुलकर यांची नाटके

नाटक

अशी पाखरे येती
एक हट्टी मुलगी
कमला
कन्यादान
कावळ्यांची शाळा*
कुत्रे
गिधाडे
गृहस्थ*
घरटे अमुचे छान
घाशीराम कोतवाल
चिमणीचं घरं होतं मेणाचं
चिरंजीव सौभाग्यकांक्षिणी
झाला अनंत हनु ंत
त्याची पाचवी***
दंबद्वीपचा मुकाबला
नियतीच्या बैलाला**
पाहिजे जातीचे
फूटपायरीचा सम्राट
बेबी
भल्याकाका
भाऊ मुरारराव
मधल्या भिंती
माणूस नावाचे बेट
मित्राची गोष्ट
मी जिंकलो! मी हरलो!
विठ्ठला
शांतता! कोर्ट चालू आहे
श्रीमंत
सखाराम बाइंडर
सफर**
सरी ग सरी

एकांकिका

समग्र एकांकिका : भाग १
समग्र एकांकिका : भाग २
समग्र एकांकिका : भाग ३

बालवाङ्मय

इथे बाळं मिळतात
चांभारचौकशीचे नाटक
चिमणा बांधतो बंगला
पाटलाच्या पोरीचं लगीन
बाबा हरवले आहेत
बॉबीची गोष्ट
राजाराणीला घाम हवा

अनुवादित

आधे अधुरे
(मूळ लेखक : मोहन राकेश)
तुघलक
(मूळ लेखक : गिरीश कार्नाड)
मी कुमार
(मूळ लेखक : मधु राय)
लिंकन यांचे अखेरचे दिवस
(मूळ लेखक : मार्क फॉन डॉरन)
लोभ नसावा ही विनंती
(मूळ लेखक : जॉन पॅट्रिक)
वासनाचक्र
(मूळ लेखक : टेनेसी विल्यम्स)

---

* 'गृहस्थ'चे पुनर्लेखन : 'कावळ्यांची शाळा'
** ध्वनिफितीच्या रूपानेही प्रकाशित
*** मूळ इंग्रजी : His Fifth Woman (अनु. चंद्रशेखर फणसळकर)

कुत्रे

विजय तेंडुलकर

पॉप्युलर प्रकाशन, मुंबई

कुत्रे
(म - ९३१)
पॉप्युलर प्रकाशन
ISBN 978-81-7185-783-8

KUTRE
(Marathi : Play)
Vijay Tendulkar

पहिली आवृत्ती : २००३ / १९२५
पुनर्मुद्रण : २०१८ / १९४०

प्रकाशक
हर्ष भटकळ
पॉप्युलर प्रकाशन प्रा. लि.
३०१, महालक्ष्मी चेंबर्स
२२, भुलाभाई देसाई रोड
मुंबई ४०००२६

अक्षरजुळणी
एच. एम. टाइपसेटर्स
११२०, सदाशिव पेठ
विद्याधर अपार्टमेंट्स
निंबाळकर तालीम चौक
पुणे ४११०३०

प्रस्तावना

हे नाटक लिहून पस्तीसेक वर्षे झाली असे म्हणता येईल.

लिहिले तेव्हा रंगमंचावर आले नाही.

कमलाकर सारंग करणार होता. मला मिळालेली अर्धी संहिता सारंगच्याच रेखीव हस्ताक्षरातली आहे. उरलेली माझ्या अक्षरात. त्याची वही, तर माझ्या अर्ध्या संहितेच्या गिचमीड, फाटक्या पत्रावळी.

एखादे नाटक रंगमंचावर का येत नाही याची कारणे काहीही देण्यात आली तरी खरे कारण एकच असते— ते कुणाला करण्याइतके भावले नाही.

या नाटकाचे वेगळे झाले.

माझाच यातला रस उडाला.

असे झाले की ज्या एक-दोन सुहृदांनी ते तेव्हा वाचले त्यांना ते 'सखाराम बाइंडर' या माझ्या आधीच्या नाटकाच्या धक्क्यानंतर लगेच रंगमंचावर येणे रुचले नाही.

पूर्ण लिहिलेले नाटक या कारणाने बासनात बांधून विसरून जाणारा मी नाही; पण तसे घडले.

आणि गतवर्षी माझी खोली लावीत असता टाकाऊ गोष्टींत एक पुडके मिळाले. ते कचऱ्यात टाकलेच होते पण वेळ होता म्हणून काय आहे बघू लागलो, तर माझेच अक्षर. नाटक. ते देखील पूर्ण. तेव्हा बाजूला ठेवलेले.

चाळता चाळता गुंतलो. सगळे वाचून झाल्यावर वाटले की टाकाऊ नाही. हातचे काम विसरून आपण सलग वाचले की.

पुडके रद्दीत जायचे ते बाजूला ठेवले.

मग वेळ मिळत गेला तसा या अचानक हाती आलेल्या संहितेवर नव्याने काम करीत गेलो. हे करताना वारंवार वाचावी लागली आणि ती पटली नसती तर रद्दीत परत गेली असती.

नाटक नव्याने हाती लागल्यानंतर पहिल्या वाचनात झालेला ग्रह या अनेक वाचनांतून पक्का झाला. या नाटकात काहीतरी आहे आणि मला ते, म्हटले जावे असे वाटते.

नाटक आजच्या रंगमंचावर यायचे तर अडचणी होत्या. तंत्रदृष्ट्या तसे सरळ

सोपे (जरा जास्तच सोपे) होते पण लांबी आज चालते त्याहून जास्त. त्याने घेतलेल्या आकारात ती अपरिहार्य होती. शाब्दिक नाटके कमी नाहीत. पण लोकनाट्याचा बाज घेतल्याने या नाटकाचा शब्द अधिक मोकळाढाकळा, म्हणून जाणवणारा होता. नाटकाला एक भानगडीचा दृश्यस्तर होता. तो सूत्रासारखा संपूर्ण नाटकातून गेला होता. काही ठिकाणी तो आशयाचे दृश्य स्पष्टीकरण वाटणार होता पण विशेषत: अखेरच्या भागात त्याला चाललेल्या नाटकावरचे नि:शब्द, अलिप्त आणि प्रसंगी तिखट कॉमेण्ट असे रूप येणार होते ते मला पुन्हा वाचताना महत्त्वाचे वाटले. नाटकापासून हा भाग तोडला जाता तर उरलेले नाटक फारच बाळबोध होणार होते. हा दृश्य भाग सादर करताना पुष्कळ नेमकेपणाची, शिस्तीची आणि कल्पकतेची गरज होती. दृश्य प्रतिमांची नेमकी निवड करणे, त्या कधी याव्यात, बटबटीत न होता किती वेळ आणि किती स्पष्ट-अस्पष्ट मागील पडद्यावर टिकाव्यात याचे प्रयोग करून निर्णय घेणे, ते काटेकोरपणे दर प्रयोगात सांभाळणे नाटकाचा आशय पोचविण्याच्या दृष्टीने आवश्यक होते. हे मराठी रंगमंचाच्या आजच्या परिस्थितिजन्य मर्यादांत अशक्यप्राय होते.

यामुळे किंवा इतर कारणांनी असेल, 'उत्खनना' नंतरही या नाटकात मराठीत कुणा नव्या-जुन्या दिग्दर्शकाला फारसा रस वाटला नाही. ज्या एकदोघांनी आरंभी दाखवला ते नंतर दूर झाले.

हिंदीत हे जयदेव हट्टंगडी याने 'कुत्ते' या शीर्षकाखाली केले. त्या निमित्ताने नाटकाची रंगावृत्ती तयार झाली.

तीच इथे वापरली आहे

विलेपार्ले **विजय तेंडुलकर**

मार्च २००३

अंक पहिला

[दर्शनी पडदा आधीपासून वरच.

[मागील पांढऱ्या प्रोजेक्शन स्क्रीनवर तालुक्याच्या गावात नेहमीचा असलेला देखावा.

[दुकाने, माणसे, (यात बव्हंशी पुरुषच. बाई क्वचित्.) सुस्त बेवारशी कुत्री, फतकल घालून बसलेली गुरे, उघडी गटारे, रखरखीत ऊन आणि भरपूर धूळ असलेली सडक.

[रंगमंचावर मागील बाजूस एका बाकड्यावर सिगरेट किंवा विडी फुंकीत पाठमोरा निवांत बसलेला एक इसम. वाटले तर याने एकदा आत जाऊन येऊन पुन्हा असेच बसण्यालाही हरकत नाही. पाठमोरा.

[साऊंड ट्रॅकवर खेळ सुरू होण्यापूर्वी गावातल्या टुरिंग थिएटरात चालते तसले किरटे, कर्कश म्युझिक चालू आहे. शब्द महत्त्वाचे नाहीत.

[म्युझिक मध्येच खीळ घालावी तसे अर्ध्या शब्दाशी किंवा सुराशी थांबते.

[पुन्हा सुरू होते. पूर्वीच्याच जोराने. कशाला थांबले ते कळू नये असे.

[आता या म्युझिकच्या तालावर एक विदूषक नाचत प्रवेश करतो. मध्येच कंबर हलवून वगैरे नाचत राहतो प्रेक्षकांच्या करमणुकीसाठी. येणारे प्रेक्षक आपापल्या जागेवर बसेपर्यंत असेच चालते.

मग म्युझिक क्रमशः फेड होते.
यासाठी विदूषकाने नाचताना रंगमंचावरून आत खूण करायलाही हरकत नाही.]

विदूषक : (प्रेक्षकांना वाकून अभिवादन करून) मायबाप, जंटलमन अॅन्ड लेडिज टीपटाप, हम है अगर है आप, आप नही तो खेल नही, खेल नही तो मेल नही, पूना मेल, कोलकोता मेल, पंजाब मेल, भेल में तेल, तेल में भेल, खेल, फेल, पेल मेल, आजचा खेळ एक चित्तथरारक खेळ.

असा खेळ दहा हजार वर्षांत कुणी पाहिला नाही, प्यायला नाही, खाल्ला नाही, चाखला नाही, चोखला नाही; कारण तो आम्ही केला नाही. कारण आम्ही नव्हतो म्हणून खेळ नव्हता, म्हणून होती फक्त दहा हजार वर्षं; जी संपली, उरली दहा हजार वर्षं ज्यांच्यातली नऊ हजार संपून वीस हजारावं वर्षं सुरू झालं आहे आणि आता आमचा खेळ सुरू होतो आहे, तर मंडळी सावधान.

मेहरबान, द्यावं ध्यान. खेळ आजचा, नव्हे कालचा, परवाचा किंवा तेरवाचा आणि हेरवाचा. खेळ नवा. जसा तापला तवा. पोळी घ्या भाजून, तिकिटाचे पैसे मोजून, करमणूक टिच्चून. मायबाप, एका विक्रेत्याची ही कहाणी. सेल्समन. ऐन विशीतला तरुण विक्रेता. ओठ पिळले तर दूध निघेल असा. शहरातला. मध्यमवर्गीय घरातला. घरी एकेक आईबाप. रिझल्ट लागेपर्यंत नव्हता डोक्याला ताप. बुद्धी बरी पण अभ्यास कमी. ग्रॅज्युएट झाला थर्ड क्लास. थर्ड क्लासला जॉब मिळाला सेल्समन ऊर्फ विक्रेत्याचा, एका सेकंड क्लास कंपनीत. टेम्परारी. गावोगाव फिरून मालाचा खप वाढवायचा. सहा महिने अप्रेंटिस, सहा महिन्यांनंतर कायम.

अप्रेंटिस म्हणून जॉईन झाला. टाकला मोफुसिलमध्ये शहरापासून लांब तालुक्याच्या ठिकाणी, जिथे नव्हता प्रातर्विधीला संडास, सगळे आडोसा बघून उघड्यावर शिटायचे, उघड्यावर झोपायचे,

उघड्यावर अंघोळी करायचे आणि घर धान्याच्या गोणी आणि नव्या सासुरवासिणी ठेवायला. म्हणजे जुन्या होस्तोवर. मग सगळ्या गावाच्या नदीवर. घरची धुणी आणि सासूच्या तक्रारी धुवायला, मन हलकं करायला. नळ आले पण पाणी यायला दोन वर्षं लागली. दिवे आले पण उजेड पडायला अनेक वर्षं जायला लागली. हळूहळू सगळं आलं पण कसला भरवसा नव्हता. दिवे आहेत तर पाणी नाही, पाणी आहे तर पिकाला पाऊस नाही, पीक आहे तर धान्याला भाव नाही. हे आहे तर ते नाही, ते आहे तर हे नाही, पण गाव खाऊन-पिऊन सुखी. म्हणजे खायला एकच वेळ, तरी प्यायला कितीही वेळा. समाधान.

असं गाव. अशी माणसं. गावात चार घरं दुमजली, बाकी बैठी. दोनांना दगडी भिंतींचं कंपाउंड, बाकी उघडी. दगडी भिंतींच्या कंपाउंडातल्या एका जुन्या बड्या घराची ही गोष्ट. हे नाटक. हा खेळ.

[ही बडबड चालू असताना चेहऱ्यावरचा विदूषकाचा मुखवटा त्याने काढला आहे. मुखवटा यानंतर गळ्यात लोंबतो.

[गळ्यात लोंबणारा मुखवटा आणि डोक्यावरची विदूषकाची उंच टोपी सोडली, तर आता अंगावरचे बाकी सर्व विदूषकपण याने एकेक करीत उतरवून विंगेत फेकले असेल आणि विदूषकाच्या सोंगाआतला मी प्रेक्षकांसमोर उभा आहे.

[शर्ट, कोट, पँट, बूट.

डोक्यावर मात्र विदूषकाची टोपी विसरून राहावी तशी अजून आहे.

[वय तिशीचे वाटते पण जास्तही असेल.

[ते जितके जास्त तितकी या नाटकातली हकीकत जास्त जुनी. दिसायला विदूषक नक्कीच नव्हे.]

मी (आधीचा विदूषक) : पहिली खेप. पहिला दिवस. पहिला पगार. पहिलं प्रेम. पहिला प्रेमभंग. पहिली रात्र. पहिलं मूल. इथे कुणी ज्येष्ठ

नागरिक असले तर त्यांच्यासाठी पहिलं नातवंडं. सर्व पहिलं.
याची चव काही औरच असं कुणीकुणी म्हणून ठेवलं आहे.
कुणाचा मतभेद? महाराष्ट्रात आहोत म्हणून विचारलं. इथं मत
एक-वेळ नसेल पण मतभेद– झालाच पाहिजे.
पण मतभेद झाला तरी चालेल, पहिल्या वेळीच साले आपण
नेमके बावळट आणि च्यूतिये असतो. कुणाचं काही म्हणणं?
हातची वेळ हातोहात घालवतो आणि मग मनगट चावीत
बसतो. व्हायचं त्याऐवजी भलतंच काहीतरी हातून होऊन जातं
आणि मग पस्तावता पस्तावता नको जीव. नंतर संधी येत
नाही असं नाही पण ती दुसरी वेळ. पहिली गेली. गॉन.
आपण घालवली. दोष आपलाच. च्यूतियेपणा आपलाच. अशा
किती पहिल्या वेळा हातच्या घालवून शेवटी कधीतरी शहाणं
व्हायचं. अनुभवानं म्हणतात तसं. हे घडेस्तोवर मन झकास
चरबट होऊन गेलेलं असतं. सगळ्यातली नवलाई सरलेली
असते आणि काहीही समोर चालून आलं की आपण म्हणतो,
हात्त्याच्या, यात काय. त्यात काय. थोडक्यात, कशात काही
उरत नाही. सगळं जगत जायचं.
रात्रीची पॅसेंजर स्टेशनं घेत जाते तसं. हे स्टेशन गेलं, ते गेलं,
ते गेलं, हे आलं. गाडी झोपेत. मख्ख उभी किंवा रिकी टिकी
चालत असलेली.
हॅ! साला काय आयुष्य.
आय हेट मायसेल्फ! अजून आठवलं की सालं शरमेनं मरायला
होतं मरायला... (सावरून) तर, त्याची ही गोष्ट.
पण मी हे कशासाठी सांगतो आहे?
कशासाठी आपण आपल्याला एकेकदा नागडंउघडं करतो?
तेदेखील अनोळखी माणसांसमोर.
तुमची माझी काय ओळख? काही नाही. माझ्या खासगी
आयुष्यात घुसून ढवळाढवळ करण्याचा तुम्हांला काय अधिकार?
सांगा की. काही नाही. पण मी तुमच्यासमोर उभा आहे. का

उभा आहे? जे कुणाला सांगितलं नाही, स्वत:लादेखील ज्याची आठवण द्यावी असं कधी वाटलं नाही, असं काहीतरी तुम्हांला आज सांगायला निघालो आहे. का निघालो आहे?

जगासमोर स्वत:ला नागवं करणं हीच माणसाची कधीकधी एक गरज असत असेल. या क्षणी ती माझी आहे.

(पडद्यावर दिसू लागलेला सीन दर्शवीत) तर हे पडद्यावर जे दिसतं आहे ते सोलापूरकडचं तालुक्याचं कुठलंही आडगाव समजा. नावाला महत्त्व नाही पण म्हणा... कलघटगी किंवा मंदर्गी किंवा... असंच काहीतरी. काळ जुना. फार जुना नव्हे, पण आताचा नव्हे.

हा पडद्यावर दिसतो तो फोटो... मी माझ्या नव्या कॅमेऱ्यानं, गावात गेलो त्यानंतर आरंभी आरंभीच कधी तरी घेतलेला. यात हा या बाजूला कोपऱ्यात नुसताच एक मोघम डाग दिसतो बघा. ते माझं बोट, लेन्सवर चुकून आलेलं. कॅमेरा नुकताच घेतला होता. असा आणखी एक फोटो लगोलग घेतला होता, त्यात तर आख्खा तळहात आला होता, गाव नव्हतंच.

फोटोग्राफीशी माझी ती पहिली झटापट. पहिलं अमूक, पहिलं तमूक तशी पहिली झटापट. तितकीच बावळटपणाची. तर हे जे दिसत आहे ते तालुक्याचं ठिकाण, कलघटगी किंवा मंदर्गी. पूर्वी कधी तरी ब्रिटिश जमान्यात संस्थान होतं. हत्ती-घोडे आणि गोऱ्या रेसिडेंटसाहेबासकट. गावात हुजूरपागा. आता तिच्यात मुलींची शाळा भरते. चीफ माहुताच्या कचेरीत शाळेच्या मुख्याध्यापिका बसतात. सरकारवाडा— त्यात जिल्हा सत्र न्यायालय आहे. हत्तीखाना, आता आगीचा एकमेव बंब ठेवण्याची जागा. गावाची वस्ती : तेव्हां सुमारे पन्नास हजार असेल. गावाचं मुख्य पीक : माणसं. मुख्य व्यवसाय : चकाट्या. दुय्यम व्यवसाय : जेवणं, झोपणं, स्थानिक राजकारण आणि मैथुन. फावल्या वेळात शेती, नोकरी आणि दुकानदारी हे

छंद. तर हे गाव. हा मी. औषधांपासून साबणापर्यंत सुमारे साठ ग्राहकोपयोगी वस्तूंची निर्मिती आणि व्यापार करणाऱ्या दुय्यम दर्जाच्या कंपनीचा नुकता नोकरीत लागलेला, नव्या दमाचा, अजून नवशिका पगारी विक्रेता. आधीचा विक्रेता आजारी पडून कंपनीला पूर्वसूचना न देता पुण्याला निघून गेला. त्यामुळे त्याची जागा घेण्यासाठी कंपनीने मला तातडीने पाठवलं. एका रम्य सकाळी पोचलो.

[मागील पडद्यावर उघड्यावर सकाळचे विधी निवांतपणे उरकणारे पोरे, बाप्ये.]

गाव नवीन. गावाचं वातावरण नवीन. राहायचं ते ठिकाण नवीन. मीही तसा नवीनच. त्यामुळे पोचण्यापूर्वी सर्कसमध्ये पहिल्या दिवशी झोपाळ्यावरची कसरत करण्यासाठी वर चढलेल्या उमेदवार कसरतपटूसारखी किंवा पहिल्या रात्री पतीला सामोऱ्या जाण्यासाठी निघालेल्या जुन्या काळच्या अल्पवयीन अश्राप बालिकेसारखी... (जमेल तसा गुणगुणतो, 'मूर्तिमंत भीती उभी...') अशी माझी अवस्था होती. काय होणार? आपल्या नशिबी काय वाढून ठेवलेलं असेल? (येऊन पोचल्यासारखा हुश्श करतो. कोट काढून आत फेकतो. टाय ढिला करतो. इकडे तिकडे फिरतो. निरीक्षण करतो.) गावातलं हे बाहेरच्या माणसांसाठी राहण्याचं एकमेव ठिकाण. बादशाही लॉज. पाटीवरला 'लॉ' मधला 'ऑ' जाऊन नुसतीच लाज उरलेली होती. बादशाही... लाज. गल्ल्यावरचा चित्रातल्या बादशहासारखा मिशीवर ताव मारीत बसलेला उघडा, सर्व बरगड्या मोजाव्या असा चार दिवसांची दाढी वाढलेला मालक सोडला, तर त्या जागी बादशाही मला काही आढळलं नाही. सगळं अशा गावातल्या एकमेव उतरण्याच्या ठिकाणी असावं तेच आणि तसंच होतं. अपेक्षाभंग होण्याला जागा नव्हती. नोकर एकदा गेले की परत न येणारे, पंखा कमाल वेगात फिरणारा किंवा मुळीच न फिरणारा, कपबश्या दहा-वीस वर्षांत न धुतलेल्या, चहा

आयुर्वेदिक काढ्याशी पैजा जिंकणारा आणि खोलीत झुरळं, पाली, वेगवेगळ्या आकाराचे उंदीर, असं फिरतं प्राणीसंग्रहालय होतं. यात अंधार पडल्यावर डासांचा वावर वाढणार हे भोवतालचा परिसर पहाता दिसत होतं. (टाळीने डास मारतो.) एकूण परिस्थिती उत्साहजनक नव्हती. पण इथंच आता काही महिने तरी राहायचं होतं आणि कंपनीची सेवा इमानेइतबारे करायची होती. तेव्हा उत्साह आणणं आवश्यक होतं. अण्णांच्या बावनकशी कारकुनी संस्कारात वाढलेल्या मला बेइमान पुढे शिकावं लागणार होतं आणि त्यासाठी काही अनुभव गाठी जमणार होते. तोवर इमानाला पर्याय नव्हता. तर अशा प्रकारे बादशाही लाज नावाच्या त्या भिकार गावठी खानावळीत एका खोलीवजा खुराड्यात मी माझं चंबूगबाळं टाकून भवितव्याची भीषण स्वप्नं पाहत (डास मारीत) क्षण मोजत असता...

[पूर्ण रंगमंचावरचे सर्व दिवे येतात. मागील पडद्यावरचे जे असेल ते दृश्य तेवढे फिक्कट होते पण रहाते. मागील बाजूस आतापर्यंत पाठमोरा बसलेला, असून नसल्यासारखा इसम आता प्रथमच उभा रहातो आणि वळतो. आता याला आपण प्रथमच नीट पहातो. हा घोडके. म्हणजे कोण ते पुढे येईलच.]

घोडके : ('मी' कडे येऊन अर्धदरबारी पद्धतीने वाकून) राम राम बसाळे सरकार. राम राम.

मी : (लक्ष जाऊन) हां? राम राम... (प्रेक्षकांना) बसाळे सरकार! गालावरून मोराचं पीस फिरावं तशा कानांना गुदगुदल्या झाल्या. साहेबसुद्धा तोवर कुणी म्हणालं नव्हतं. (घोडकेला आपण कुणी महत्त्वाचे असल्याचे अवसान घेऊन) कोण तुम्ही? नाव कसं कळलं?

घोडके : खबर आहे की. कंपणीचं लेटर होतं. स्टेशनाकडे फिरकून गेलो. तिथं कळलं गाडी लेट आहे. म्हणलो एक काम करून परत स्टेशनावर यावं तर तंवर गाडी येऊन गेलीती. गाड्यांचा काय नेम नाही राह्यला.

मी : (प्रेक्षकांना) अच्छा. म्हणजे हा कंपनीचा इथला माणूस. (समोरच्या माणसाचा नजरेने अभ्यास करीत) साधा प्यूनच्या दर्जाचाच दिसतो. (घोडकेला) तुमचं नाव?

घोडके : घोडके सरकार.

मी : घोडके.

घोडके : (समजावीत) न्हवे, घोडके सरकार. सर्वदमण कोंडाजी घोडके ऊर्फ घोडके सरकार. इथं नावापुढं सरकार लावण्याची पद्धत आहे. घोडके सरकार. म्हशे सरकार. नागवे सरकार, इथला शाळामास्तर. ससे सरकार, पोष्टमन. पद्धत आहे जुन्या काळापासूनची.

मी : (प्रेक्षकांना) सरकार म्हणवून घेण्यातलं कौतुक संपलं. (घोडकेला) मला चहा हवा होता घोडके सरकार. (लॉजमधून चहा मागवण्याचा पवित्रा घोडकेने घेताच घाईने) या लॉजमधला खरा नसणार. बाहेरून कुठून...?

घोडके : मागवतो की. त्यात काय. इथून या ग्यालरीतून हरळी दिली की चहा. ('ग्यालरी'त उभा राहून बाहेर पाहत वेगवेगळ्या प्रकारे टाळ्या मारतो आणि हरळी देतो.) काकू सरकार... ('मी'ला) समोर मैदानापल्याड घर दिसतं ते आमच्या काकाचं. (पुन्हा) बंडू सरकार... ('मी'ला) पुतण्या माझा.. (हरळी) ओऽ राही सरकार...('मी'ला) पुतणी....झोपलेत वाटतं सगळे. तूर्त इथलाच घ्यावा झालं. मग घरून मागवू. (आत हाक देत) डाकवे सरकार. ('मी'ला) मॅनेजर. (पुन्हा आत वळून) जरा चहा पाठवा चहा. बसाळे सरकारान्ला सगळं पेशल बरं का. असं तसं कूळ नाही. बीएश्शी आहेत मुंबईचे. कंपणीत मॅनेजर होऊ घातलेत लौकरच. ('मी'ला डोळा घालून) असं सांगितलेलं बरं असतं. अंघुळीला गरम पाणी मिळतं. पुन्हा दर चार दिवसांनी टॉवेल आणि चादर बदली करतात. (हलका सूर) सोडा-वाटर आणि बर्फाची पण सोय होते.

[चहा घेऊन गडी येतो. घोडके त्याच्याकडचा चहा घेऊन

'मी'ला देतो]

घोडके : (गड्याला) बाबू सरकार, सरकार फार बडे आहेत. त्यांना हवं नको चोख बघायचं. काय? मर्जी झाली तर सोनं करतील. (गडी गेल्यावर 'मी'ला हलक्या सुरात) असं म्हटलं का कामं होतात. नाव लक्षात ठेवा. बाबू. काय म्हणाल? बाबू सरकार. विसरू नका. हाक मारायची तर सरकार. इथली पद्धत. म्यानेजर डाकवे सरकार. आता विश्रांती घ्या. काम...उद्यापास्नेच. तेच बरं. प्रवासानं शिणला असाल. संध्याकाळला येतो शेवेला. सर्वदमण कोंडाजी घोडके– विसरला असाल तर आठवण दिली. घोडके सरकार. घोडके गुर्जी म्हटलं तरी ओळखतंय गाव. बाप मास्तर होता. गावात त्याला घोडके गुर्जी म्हणत. मला पण त्याच नावानं ओळखतात. येतो मग.

[घोडके मागे जाऊन पाठमोरा फ्रीज होतो.]

मी : (टाय काढून आत फेकतो. शर्टाच्या बाह्या गुंडाळीत प्रेक्षकांना) घोडके सरकारची आणि माझी ही पहिली भेट. पण या एका भेटीत बेट्यानं माझं गणित मांडलं. आधीच्या अनुभवानं कंपनीच्या फिरत्या विक्रेत्यांची पिसं मोजणं त्याच्या हातचा मळ झाला असावा.

[घोडके मागून परत 'मी' पुढे येऊन उभा.]

घोडके : राम राम सरकार. विश्रांती मिळाली? पद्धत विचारण्याची. झोप नसेलच लागली. डोईवर पंखा लाख फिरला तरी त्याचा वारा तर लागला पाहिजे. हा पंखा कुंकवाला धनी म्हणतात तसा. उकाडा जाणवला असेल. ढेकूणसुद्धा असतीलच गादीत. पण सरकार प्रवासानं इतके थकलेले. थोडी झोप आलीच असणार. तुमच्या आधीचे जोशी सरकार. आले तेव्हा पैल्या रात्री तर ठार जागे. झोप नाही. दुसऱ्या रात्री तेच. तिसऱ्या, तेच. चौथ्या... झोपले न् काय. झोपेशिवाय थोडंच चालतंय माणसाचं? त्यात कामाचं माणूस. आली नाही तर आणायला पाहिजे. रात्रीचा काय बेत?

मी : (प्रश्न अचानक आल्यासारखा) रात्रीचा? रात्रीचा काय बेत?

घोडके : रात्र पडणार की. आणि अजून सरकार इथं नवे. नव्या गावात पहिले एक-दोन दिवस झोप लागायची वानवा.

मी : आज रात्री झोपणार.

घोडके : आली पाहिजे. झोप.

मी : येणार.

घोडके : आली तर चांगलंच. पण नव्या गावात घरच्या आठवणी येतात. आणि नाही आल्या तरी या बारक्या गावातल्या लाजवर एक वेळ माणूस असणार नाही पण ढेकूण असणारच. तेच लाजचे परमंट मेंबर, बघा. (वाट बघून) मग? काय एंटरमेंट बघायची? बाँबेच्या मानानं काहीच नाही हितं. पण तसं थोडं असतंय. एक सिनेमा थेटर आहे. कानडी सिनेमे चालतात त्यात. कधी मराठी पण असतो वर्षातनं एकाद वेळ. तमाशे पण कधी कधी येतात. आधीच्या जोशी सरकारान्ला तमाशा आवडायचा. सध्या सिझन नाही, तमाशाचा. मग... येता, का घेऊन इथंच खोलीवर झोपता? झोप यायला इथलं कंट्री ष्टफ वाईट नाही. पुन्हा, इजा नाही. घोडकेनं आणलं म्हटलं की एकदम शेफ! डोळे मिटून घेऊन बिनघोर झोपून टाकायचं की सकाळलाच जाग.

मी : (जरा विचार करून) नको. गरज नाही.

घोडके : बरं. (खमिसाच्या खिशातून बाटली काढून ठेवीत) तरी पण लागलं तर असून्द्या. रात्रीच्या टायमाला आडगावात हवं वाटलं तर कुठनं मिळणार?

मी : (लांबूनच बाटली पहात खिशाकडे हात नेत) काय हिचं?

घोडके : कशाचं? काय सरकार. पैशे काय कुठं जातात? आपली पत आहे गावात. माल संपला तर पैशे. पटला नाही, वापस. आणखी काय हवं नको वाटलं, संकोच करू नका. आताच सांगा. कंपणीचा पगार घेतो, शेवेला हाजर आहे.

मी : हो. हो. नाही करणार. (आपल्या अधिकाराची जाणीव होऊन)

निघा आता घोडके... सरकार, सकाळी ठीक सातला या. मार्केटवर जायचं.

घोडके : आलोच. एक वेळ घड्याळ चुकेल पण घोडके लेट होणार नाही. हातावर घड्याळ नसेना, हितं आहे. (डोक्याला हात.) पिढीजाद. घोडके गुर्जी–बाप माझा– शाळेकडे निघाला का लोक घड्याळ लावायचे. सात म्हणजे सात. एक मिनिट इकडलं तिकडे होणार नाही. निघू तर सरकार? फिकीर करू नका. निवान्त झोपा. न लागली, आपली वेवस्था आहेच. (बाटलीकडे निर्देश.) बाबूला उठवा, तो बाकी वेवस्था करील. म्हणजे उठला तर. दिवसभर काम करून दमतं तसं काम न करून पण दमतं माणूस. चार शिव्या घातल्यात, हरकत नाही. उठला नाही तर लाथ पण घाला. सरकार म्हणा म्हणजे झालं. तरी नाही उठला तर कोरी घेतली तरी धोका नाही. खात्रीचा माल आहे. निघू मी? अजून काय हवं असलं तर आताच हुकूम करा. चारमिनार? पिवळा हत्ती?

मी : (खिसे चाचपीत) संपल्या वाटतं. रेड अँड व्हाइटचं एखादं पाकीट जवळ असलं तर बरं.

घोडके : (दोन पाकिटे काढून टेबलावर ठेवीत) चारमिनार आहेत. रात्र आहे, बेरात्र आहे. या गावात आडवेळेला मरणसुद्धा मिळणार नाही.

मी : (खिसे चाचपीत) किती झाले?

घोडके : काय? पैशे? काय सरकार, इतक्याशा पैशाचं काय विचारताय. दोन पाकिटं ती काय. मी निघतो तर मग.

[घोडके मागे जाऊन पाठमोरा उभा राहतो. फ्रीज होतो.]

मी : (प्रेक्षकांना) घोडके गेला. चुकलो, घोडके सरकार गेले. त्याची वाणी खरी झाली. थकलो होतो. दिवा घालवून बिछान्यात पडलो आणि डोळे मिटले. झोप येते वाटू लागलं आणि काहीतरी चावायला सुरुवात झाली. डोक्यावर पंखा चालू होता

पण उकडत होतं. त्यात कानडी सिनेमाचा शेवटचा शो सुटला
असावा. रस्त्याला मोठमोठ्या आवाजातल्या कानडी संभाषणांची
वर्दळ. ती जरा कमी होते, तो रस्त्यावरच्या मोकाट कुत्र्यांच्या
अंगात आलं. थांबेचनात. मग ती थांबली आणि कानांशी डास
आले. ते जातात तो चावणं वाढलं. हे घोडके सरकारनी
ज्यांची पूर्वसूचना दिली होती ते ढेकूण होते. उठून ते मारण्याचा
उत्साह नव्हता म्हणून पांघरूण घट्ट लपेटून झोपलो, तर
घामानं जीव कासावीस होऊ लागला. पंखा वाढवला तो
वाढण्याऐवजी बंद झाला. त्याला दोनच वेग होते. चालू किंवा
बंद. दोन-तीनदा उठून पाणी प्यायलो. डासांसाठी खिडकी बंद
करून पडलो. उकडणं वाढलं म्हणून ती पुन्हा उघडून टाकली.
स्प्रिंग्जची कॉट थोड्याही हालचालीने बलात्कार होत
असल्यासारखी करकरत होती म्हणून चिडून जमिनीवर अंथरूण
टाकून आडवा झालो. याने ढेकूणही चावणार नव्हते. पण
डासांची आयती सोय झाली. या भानगडीत झोप गेली. डोक्यात
काहीबाही विचार शिरले. खोलीच्या भिंतीवर पलंगाच्या बरोबर
उशीसमोर कॅलेंडरमधून कापलेल्या सरस्वतीची तसबीर होती.
तिच्यातल्या सरस्वतीची छाती हेमामालिनीसारखी आणि जिवणी
आमच्या समोरच्या चाळीतल्या दीपा उमराळकरसारखी दिसू
लागली. भिंतीवरची एक भेग अश्लील वाटू लागली. डोकं
भरकटलं. त्यात डास वाढले. ते चुकवण्यासाठी पांघरूण
घेतलं की उकाड्याने जीव जाऊ लागला. मग उठून बसून
सिगरेटी ओढल्या. शेवटी बाटली— घोडकेनं ठेवून दिलेली—
ती घेऊन तरी झोप येऊ दे म्हणून. कधीतरी अखेर झोप
लागली.

[मागे फ्रीज झालेला पाठमोरा घोडके वळून 'मी' कडे येतो. 'मी'
खुर्चीत जागरणाच्या चेहऱ्याने बसलेला.]

घोडके   : गुड मॉर्निंग सरकार. घोडके सरकारचा राम राम. झोप कशी

लागली?

मी : (घुश्शातच) घोडके, वाजले किती?

घोडके : असतील साडेआठ. नाही? मग किती?

मी : नऊला पाच मिनिटं आहेत.

घोडके : घ्या. इथली घड्याळं मागंपुढं असतात. एकाचा दुसऱ्याशी मेळ नाही. आत्ता येताना एका घड्याळात पाहिलं तर त्यात साडेआठ वाजत होते. (बाटलीकडे पाहून) सरकारान्ला झोप नंबरी लागली असणार. ष्टफच तसं होतं.

मी : घोडके, तुम्ही सातला येणार होतात.

घोडके : पावणेसात. मी येतच होतो. पण वाटेत म्हणलो, सरकारान्ला रात्री झोप उशिरा लागली असंल, तर इतक्या सकाळी कशाला जागवा? म्हणून अर्ध्या वाटेतनं परत गेलो, देवाशपथ. तरी तुमची झोप काय झालेली दिसत नाहीच. चेहऱ्यावर जागरण दिसतंय तर काय. शिगरेटी संपल्या असतील. आणखी मागवतो.

मी : (नोट काढून घोडकेपुढे टाकतो.) पैसे.

घोडके : (नोट उचलून हाकारतो) बाबू सरकार.

[लॉजचा नोकर बाबू येतो.]

घोडके : सरकारान्ला लाल इंगळीची दोन पाकिटं अर्जंट. त्यातल्या त्यात नवी बघून आण. पळ.

[नोकर जातो.]

घोडके : अजून थोडे झोपून पडता का सरकार? घोडके थांबतो बाहेर.

मी : नाही. लागलीच डेपोकडे निघायचं. या वेळेला आपण मार्केटमध्ये असायला हवे होतो, घोडके.

घोडके : असणार. मार्केट थोडंच कुठे पळतंय? तास दोन तासाचा हिशेब तुमच्या शहरात. इथं कोणाला काय नाही त्याचं. त्यात सरकारांचा पहिलाच दिवस आहे. उद्यापासनं आहेच वक्तशीर काम.

मी : घोडके, दुकानातून गिऱ्हाईकांची गर्दी सुरू होण्याआत आपला दुकानांचा पहिला राऊंड संपायला हवा.

घोडके : बरोबर. संपणार उद्यापास्ने. पण सध्या दुकानात गर्दी आहे कुठं? गेला हंगाम दुष्काळी गेला या भागात. लोकांकडे पैसा नाही, तर दुकानात गर्दी कुठनं होईल? गिऱ्हाईकाची वाट पहात बसलेले असतात दुकानवाले. ब्रेकफाष्ट? मागवू?

मी : नको. आता डेपो. तिथून मार्केट. जमला तर मध्ये चहा घेईन.

घोडके : तुमच्या आधीचे जोशी सरकार असे नव्हते.

मी : असे म्हणजे?

घोडके : डूटीला इतकं महत्त्व देणारे. राजा माणूस. आधी तब्येत, मग काम. घाई म्हणून नव्हती.

मी : कंपनीचा पगार घेऊन चुकारपणा मला जमणार नाही घोडके. (घोडकेच्या चेहऱ्यावरचा चुकलात असा भाव पाहून दुरुस्ती करीत) सरकार. आधी काम—

घोडके : मग तब्येत. रास्तच आहे. ज्याची त्याची तऱ्हा. तुमच्यासारख्यांच्या जिवावर तर कंपणीची भरभराट होते.

[नोकर सिगरेटींची पाकिटे आणून देतो.]

घोडके : घ्या, पाकिटं आली. एक शिगरेट तरी ओढा. किती वेळात ओढली नसेल.

मी : वाटेत, वाटेत. आधी निघू या.

घोडके : सरकार, आईशप्पथ सांगतो, कंपणी भाग्यवान. आपल्यासारखी माणसं तिला मिळाली.

[दोघे चालू लागतात. 'मी' पुढे. मागून घोडके.]

घोडके : नाहीतर दुनियेत इमान म्हणून राहिलं नाही. बघावं तिकडे चालूगिरी. कुणाला काय देणं राहिलं नाही. जो तो आपआपला मालक. सगळे मतलबी, अंगचोर साले. काम सोडून काय पण करतील. कामाला बोलवा, कोण फिरकणार नाही. मर्तिकाला बोलवा, गाव जमा होईल. अडचणीला एक उभा रहाणार नाही पण जेवण घाला, गाव लोटेल. जबडा दुखला तरी बोलायचे थांबणार नाहीत... (लक्षात येऊन) चला चला सरकार, मी

पण तेच करायला लागलो. आधी डेपोत जाऊ. तिथं माल भरला की थेट मार्केट.

[साऊंड ट्रॅकवर फिल्मी म्युझिक सुरू होते. 'मी' चेहऱ्यावर मुखवटा चढवतो. 'मी' छाती काढून पुढे, घोडके मागे. मागल्या पडद्यावर मार्केटचा माहौल. मध्येच फिल्मी म्युझिक थांबते.]

मी : (मुखवटा तेवढ्यापुरता बाजूला करून प्रेक्षकांना) वाटेत एका हॉटेलात खाल्लं. चहा घेतला.

घोडके : (ढेकर देत) सरकारांनी खाल्लं, प्यालं, आता गार वाटलं घोडकेच्या जिवाला. सकाळला न्यहारी हवीच. मग जेवणाला लेट झाला तरी चालतोय. आता हवं तेवढं काम करू.

मी : (मुखवटा बाजूला करून प्रेक्षकांना) आम्ही आधी डेपोला गेलो. आधल्या विक्रेत्यानं सील केलेला माल टॅली करून मालाचा चार्ज रीतसर घेतला. तोपर्यंत घोडकेनं हातगाडी आणली.

[हातगाडी घेऊन घोडके हजर होतो. गाडीला मालाच्या रंगीबेरंगी जाहिरातींची सजावट.]

मी : आम्ही दोघांनी गाडी भरली. हातगाडीत प्रॉडक्ट कसा भरायचा याचा कोर्स कंपनी उमेदवार विक्रेत्यांकडून करून घेत असे. म्हणजे सुबक आणि आकर्षक मांडणी वगैरे. मला त्यात विशेष उत्तेजनार्थ प्रशस्तीपत्रदेखील मिळालेलं होतं.

[हातगाडी भरून तयार.]

घोडके : वा सरकार, गणपतीची आरास झक मारील असा थाट जमला. चला आता मार्केटला.

[फिल्मी म्युझिक चालू होते. मुखवटा चढवून 'मी' पुढे, मागून गाडी ढकलीत घोडके. लयीत गोल-गोल फिरतात. म्युझिक थांबते.]

मी : (चेहऱ्यावरचा मुखवटा हातात घेऊन प्रेक्षकांना) पहिला दिवस. आमची वरात मार्केट फिरली. तीच नोकरीच्या चार महिन्यांच्या प्रशिक्षणात शिकवलेली निलाजरी चिकाटी, चलाखी आणि

मगजमारी. बेपारी हुशारीशी विक्रेत्या हुशारीची लढत. पहिलाच दिवस असल्याने दर दुकानात चहा, कोला, सिगरेट नाहीतर पान पुढे केलं जात होतं. नको असलं तरी घ्यावं लागत होतं. रात्रीचा निद्रानाश आणि भरपूर भरलेलं पोट यामुळे येऊ बघणारी डुलकी कष्टानं दूर ठेवीत काम केलं. मी कामात असलो की घोडके सरकार कधी दुकानातल्या नोकर मंडळींशी सुखदु:खाच्या गोष्टी बोलत होते किंवा दुकानाच्या पायरीवर विडी ओढत अनंतात नजर लावून उभे रहात होते. कधी, कुठे आसपास झुकलेले पण हाकेच्या अंतरात होते. घोडके–

[अदृश्य झालेला घोडके गडबडीने येऊन हातगाडी विंगेत ठेवून येतो.]

घोडके : (हात झटकीत) बख्खळ काम झालं आज सरकार. सरकारांच्या पहिल्याच दिवशी चार दिवसांचं काम झालं.

मी : एक दिवसाचं काम आधीचे विक्रेते चार दिवसात करीत होते असं म्हणा की.

घोडके : छे छे सरकार, सकाळला उशिरा निघूनसुद्धा काम झालं असं म्हणलो.

मी : (मोठा आळस देत) आज येणार झोप. काम चांगलं झालंय. मस्त थकवा जाणवतोय अंगात. रात्री लौकर झोपणार आपण.

घोडके : झोपा सरकार. आता तुम्ही चला असेच लाजवर. मी आलो मागने. जरा एकाकडे फिरकून येतो. बायको अडली म्हणून निरोप आला होता सकाळला मग्गिऱ्याचा. काय झालं बघून येतो.

मी : परत लॉजवर कशाला येताय. काम काहीच नाही. सकाळी मात्र तेवढं लौकर पोचा.

घोडके : पोचतोच. आठ म्हणजे आठ.

मी : आठ नव्हे, सात.

घोडके : बरं, सात.

[घोडके मुजरा करून मागे जातो. तिथे पाठमोरा होऊन फ्रीज होतो.]

मी : (प्रेक्षकांना) लॉजवर पोचताच, डोळे झोपेने जडावले होते तरी दिवसभराच्या झाल्या कामाचे तक्ते आधी भरले. तक्ते भारी किचकट पण दुसऱ्या दिवशी पोस्टात पडायलाच हवे होते. स्टॉक, थकबाकी, वसुली, नवी विक्री, उधारी, जमा, खर्च– मार्केटवरच्या कामापेक्षा हे किचकट तक्ते भरूनच विक्रेता थकतो. भूक होती ती लॉजच्या जेवणाच्या आठवणीनं बघता-बघता मेली पण तरी जेवलो. पोट रिकामं ठेवून रात्री झोप लागली नसती आणि झोपेची फार गरज होती. काहीतरी नऊ वाजले असतील. आता झोप अनावर येत होती. कॉटवरची गादी तिच्यातले ढेकूण आणि जागोजाग बाहेर येऊ बघणारा कापूस अशा दोन्हींसकट खोलीबाहेर नेऊन टाकली. जमिनीवर, साध्या चादरीवर झोपायचं ठरवलं. पंखा चालू राहील असं पाहिलं. तो वाढवण्याच्या भानगडीत आज फसणार नव्हतो. बाजारात मुद्दाम विकत घेतलेली डासप्रतिबंधक कॉइल कोपऱ्यात जळत लावली. आता सकाळपर्यंत ठार झोपणार. जगबूड आली तरी उठणार नाही, म्हणत दिवा घालवला, नुसती चादर अंथरलेल्या जमिनीवर पाठ टेकली आणि खलास. झोपच उडाली. डोक्यावरच्या वारा न घालणाऱ्या पंख्याचा अथक आवाज, उकाडा, तेलाचा वास मारणारी उशी, डास-प्रतिबंधक कॉइलला न जुमानणारे डास आणि आत जागी झालेली कसली तरी बेचैनी, विचार, रस्त्यावरचे आवाज, आलटूनपालटून भुंकणारी कुत्री... झोप गेली. बारा वाजले, एक वाजला, दोन वाजले... अडीच... डोळे छत न्याहाळीत सताड उघडे. शरीर थकलेलं, झोप मागत असलेलं आणि मी निद्रानाशाचा आजार झाल्यासारखा जागा. झोप नाही म्हणजे नाहीच.
[ही अवस्था सुचवणारे पार्श्व-संगीत. प्रकाशही बदललेला]
मनात आजवर दडून बसलेले नको नको ते विचार, त्यातच, जागे होऊन इकडे तिकडे उडू लागले. पुन्हा ती भिंतीवरली सरस्वती समोरच्या चाळीतल्या दीपा उमराळकरसारखी दिसू

लागली. तिची छाती चैन पडू देईना. पडून हे होतं म्हणून उठून बसलो. दिवा लावला. बघता बघता निराशेचा झटका आला. सालं काय आयुष्य! सकाळ होताच पहिली बस पकडून मुंबई आणि घर गाठायचा निश्चय झाला. घड्याळ पाहिलं तर जेमतेम अर्धी रात्र उलटली होती. उठलो. खोलीतली बेल दाबली, एकदा दाबून कुणी येई ना म्हणून कोणीतरी बाहेर येईपर्यंत बेल दाबली.

[तारवटलेल्या चेहऱ्याचा गडी बाबू येतो.]

सॉरी बाबू. बाबू सरकार. इथं ड्रिंक वगैरे कुठं मिळेल का? म्हणजे बरेच वाजले आहेत, पण.. तरी...?

[बाबू वळून जाऊ लागतो.]

मी : म्हणजे मिळेल....?

[बाबू जाऊ लागतो.]

मी : (काही पैसे बाबूहाती ठेवीत) बरोबर काही खायला पण... मिळालं तर ....किरकोळ...

[बाबू जातो. सर्व घेऊन येतो.]

मी : (आनंदाश्चर्याने) इतक्यात मिळालंसुद्धा?

बाबू : घोडके सरकार सांगून गेलेते, समदं आणून ठेव म्हणून. (टेबलावर मांडतो.)

मी : (टेबलाशी जाऊन बसत, प्रेक्षकांना) कमाल आहे घोडके सरकारां... घोडकेची. मनकवडाच म्हटला पाहिजे. नाही तर आजचीही रात्र खरी नव्हती. जा तू बाबू. नाहीतर नको. बैस तू किंवा उभा राहा. पण थांब. (आठवण होऊन) बाबू सरकार.

[बाबू थांबतो.]

मी : (पीत आणि जोडीला खात) बाबू सरकार, घोडकेची नि तुझी... तुमची कुठली ओळख?

बाबू : (काय हा खुळचट प्रश्न असा चेहरा करीत) हितलीच नव्हे? तुमच्या आदले कंपणी सरकार हितंच रहात होते. त्याआदले पण हितंच होते.

मी : (प्रेक्षकांना) कंपनी सरकार! (खात किंवा पीत बाबूला) बाबू, किंवा बाबू सरकार... या घोडकेची काय माहिती आहे तुला? तुम्हांला?

बाबू : ते तुम्ही त्यान्लाच इचारा. (जातो.)

मी : (खात) ते बरोबरच आहे तरी पण... (वर पहातो. बाबू दिसत नाही.) बाबू सरकार कनव्हीनिअंटली अंतर्धान पावलेले.

['मी' टेबलाशी बसलेला.]

[बाबू गेला त्याच्या विरुद्ध बाजूनं घोडके प्रवेशतो. हा या आधी रंगमंचाच्या मागल्या भागात पाठमोरा फ्रीज होऊन उभा.]

घोडके : (राम रामचा आविर्भाव करीत) गुड मॉर्निंग सर. सात.

मी : (न कळून) काय सात?

घोडके : वाजले. बंदा टाइमशीर हाजर आहे. घड्याळ बघा.

मी : (घड्याळ पाहून) वा. मीच तयार नाही अजून.

घोडके : सावकाश तयार व्हा. सरकारान्ला काल रात्री झोप लागली नाही.

मी : (कबूल करीत) हो.

घोडके : बिछान्याला पाठ टेकली न् झोप पळाली.

मी : तसंच झालं.

घोडके : वाटलं होतंच. बाबू सरकारने सर्वी व्यवस्था केली ना? चोख? काय कमी जास्त? चला. मार्केटला निघायचं. आज टायमावर पोचायचं ठरलंय.

मी : (उठण्याचा क्षीण प्रयत्न करून) काय आहे की, माझं अजून काहीच उरकलेलं नाही घोडके... सरकार. झोप नसल्याने काही करण्याचा उत्साहच... कसा तो वाटत नाही.

घोडके : बंदा दिल्या टायमावर हाजर आहे. सरकारान्ला उत्साह नसला तर काय करणार? झोपच नसली तर विलाज काय? फिकीर नाही, तुमचं होऊन्द्या तब्येतीनं. मी बसतो मॅणेजरकडे. त्याचा वयात आलेला पोरगा बुडून वारला बघा तिगस्ता. पोहायला म्हणून गेला, नदीत बुडी मारली तो वर आलाच नाही. तयारी

झाली का बाबू सरकारला मला हरळी द्यायला सांगा की मी हाजर. आज टायमावर पोचलो पण सरकार तयार नाहीत. नाही, झोपच नाही त्याला काय करणार? उद्यापास्ने वक्तशीर जाऊ म्हंजे झालं.

मी : (प्रेक्षकांना) घोडकेनं दिलेला टोमणा कळला पण त्यावर काही म्हणण्यालासुद्धा अंगात उत्साह नव्हता. कसाबसा तयार झालो. आज रात्री पुन्हा झोप आली नाही तर? हा प्रश्न मनात ठुसठुसत होताच. आयुर्विम्याप्रमाणे या बादशाही लॉजला पर्याय नव्हता. दिवसभर मार्केटवरचं काम ॲस्प्रोच्या गोळ्या गिळीत, पाय ओढीत केलं. घोडके गरज पडेल तिथे तत्परतेने मदतीला पुढे होत होता. दुकानदारांसमोर सावरून नेत होता.

[मुखवटा चढवलेला 'मी' आणि घोडके याचे माइम करतात.]

मी : (थांबून, पुढे येऊन, मुखवटा बाजूला करून प्रेक्षकांना) मार्केटवरचं काम संपलं तशी घोडके सरकार म्हणाले, अमक्या तमक्या ठिकाणी पॅटिस फार गरमागरम आणि रुचकर मिळतात; बॉंबेतच काय, विलायतेत पण अशी मिळणार नाहीत. म्हणून आम्ही दोघे त्या ठिकाणात शिरून पॅटिसवर हात मारला. खरं तर पॅटिसनं माझ्यावर हात मारला. पॅटिस कानातून वाफा आणि नाकाडोळ्यांतून पाण्याच्या धारा येण्याइतका झणझणीत होता. पोळलेलं तोंड थंड करण्यासाठी चहा मागवला. दिवसातला बारावा चहा. बाजारात, पैसे चुकविण्याऐवजी नको नको म्हणता चहा नाही तर कोल्ड्रिंक पाजणं हा बहुतेक दुकानवाल्यांचा सवयीचा कावा होता.

['मी' आणि घोडके आता एका रस्त्याकडेच्या हॉटेलात बसावेत तसे बसलेले. 'मी'चा मुखवटा त्याच्या गळ्यात.]

घोडके : (दातात काडी घालीत) सरकार, घोडकेनं एक सुचवलं तर रागाला नाही ना येणार?

मी : रागाला? ते कशाला.

घोडके : काय नेम. घोडके आडगावचा फाटका माणूस. सरकार म्हणतील निघाला मोठ्या तोंडानं उपदेश करायला.

मी : (प्रेक्षकांना) मी चांगलं बोलावं म्हणून ही त्याची आत्मनिंदा. (घोडकेला) काय म्हणतोस? (प्रेक्षकांना) माझ्या हाताखालच्या या यःकश्चित गाडीहाक्याशी मी आदरार्थी का बोलतो आहे असं मनात येऊन हा एकुलता एक प्रयत्न मी केला. पण घोडकेच्या व्यक्तिमत्त्वातच एक सरकार दडून असला पाहिजे. पुन्हा हा प्रयत्न मी केला नाही.

घोडके : काय आहे की, घर सोडून लांब आलं का माणसाला एकलेपणाचा त्रास होतो.

['मी' कान टवकारतो.]

घोडके : आधीच्या सरकारांचा पण अनुभव आहे. दिवस कसा तरी कामात सरतोय पण रात्री खतरनाक होतात. त्यात उकाडा, ढेकणं, झोप नसते. जवळ कुणी असावं वाटतं. कंपणी.

[मी यावर गप्प.]

घोडके : (वाट पाहून) सरकारान्ला मुद्दा पटला वाटतो. तर अशा वेळेला सोबत हवी वाटते.

मी : कुणाची सोबत?

घोडके : सोबत आणखी कुणाची? रात्रीच्या टायमाला घोडकेची सोबत कुणाला हवी वाटेल? सोबत तशीच हवी. मायेचा हात अंगावरनं फिरावा वाटतो अशा वेळेला.

मी : घोडके...

घोडके : पटलं नाही तर नाही म्हणा सरकार. पण घोडकेनं पण जग पाहिलंय. सहा सरकार आले न् गेले, घोडके हितंच कंपणीच्या शेवेत होता. सरकार सातवे. निघतो मग. सकाळला हाजर. सात.

[घोडके मागे जाऊन पाठमोरा होतो आणि फ्रीज होतो.]

मी : (प्रेक्षकांना) घोडके खडा टाकून गेला आणि तो म्हणाला ते मनात राहून गेलं. रात्रीत बदल नव्हता. पुन्हा तीच, आदल्या

रात्रीचीच सिच्युएशन. आज दारूचा कंटाळा आला. एक तर सवय नव्हती आणि तिनं काय होत होतं? केवळ बेशुद्धी. तीसुद्धा फार नाही. आज रात्री दारू न पिण्याचा निश्चय केला. त्याऐवजी दिवा काढण्याऐवजी बिछान्यातले सापडले तेवढे ढेकूण वेचून-वेचून मारले. कॉइलऐवजी डासांचा कर्दनकाळ अशी जाहिरात केली जाणारी उग्र वासाची एक वडी आणून ती खोलीत शिलगावली. बाबू सरकारकडून एक स्क्रूड्रायव्हर मिळवला आणि माझ्या तुटपुंज्या तांत्रिक ज्ञानाचा उपयोग करून पंख्याचा पुरातन रेग्युलेटर दुरुस्त करण्याचा प्रयत्न केला पण त्यात पंखा निदान फिरताना दिसत होता तो पक्का बंद झाला. निराश झालो नाही. मनाचा निश्चय केला होता. फेस द प्रॉब्लेम. वस्तुस्थितीला सामोरा जा. त्रास होतो तर होऊ दे. झोप येत नाही तर न येऊ दे. एकटेपण खायला येतं, येऊ दे. भिंतीवर अश्लील चिरा दिसतात, दिसू देत. चाळीतल्या, चाळीसमोरच्या, आणि कुठल्या कुठल्या पोरींच्या नको तशा आठवणी येतात, येऊ देत. मनात नको-नको ते विचार घुसतात. नको-नको ते कल्पनेनं दिसतं. हरकत नाही. पाप प्रत्यक्ष करण्यात असतं आणि आपल्या फक्त मनात सर्व चाललं आहे. मनात येतं ते स्वत:शीदेखील कबूल करण्यात एक प्रामाणिकपणा आहे. हातून घडतं ते जोवर एकतर्फी आहे, दुसऱ्या कुणाला जोपर्यंत त्याचा त्रास नाही तोपर्यंत त्यात वावगं काही नाही.

फेस द प्रॉब्लेम. खोलीतला दिवा काढला होता तो परत लावला. काल भिंतीवरून उतरवून कोपऱ्यातल्या अडगळीत नेऊन टाकलेली सरस्वती ऊर्फ हेमामालिनी ऊर्फ दीपा उमराळकर परत आणून भिंतीवर टांगली. अस्वस्थता वाढली म्हणून शाळेच्या क्रमिक पुस्तकातल्या तेव्हा पाठ केलेल्या कविता आठवून आठवून मोठ्यांदा म्हणत खोलीत फेऱ्या मारीत सुटलो. (शाळकरी कवितांचे तुकडे म्हणत फेऱ्या मारीत सुटतो.) घड्याळाकडे

पाहायचं नाही असा निश्चय केला होता तरी मधून-मधून पहात होतो. रात्रीचे काहीतरी अकरा वाजले असतील आणि

[घोडके अपस्टेजला पाठमोरा आहे तो वळून 'मी' समोर येतो. काल्पनिक दरवाजा वाजवतो. मी दरवाजा उघडतो. समोर घोडके दिसतो. बरीच स्तब्धता.]

घोडके : ('मी'ची अवस्था न्याहाळीत) खालनं चाललो होतो. बडगिरे गल्लीतला रामाण्णा— त्याच्या साडूला पोलिसांनी धरून नेला कळलं म्हणून तिकडे गेलो होतो. परतताना दिवा दिसला तर म्हणलो फिरकून जावं. हवं नको विचारता यील. सरकारांची झोपमोड नाही ना केली?

मी : झोप येईल तर झोपमोड होणार.

घोडके : काय हवं नको?

['मी' मानेने नको म्हणतो पण त्यात जोर नाही. चेहऱ्यावर हवे असल्याचा भाव.]

घोडके : मग निघू मी? सकाळी ठीक सातला हजर होतो.

मी : हो.

[घोडके जाण्यासाठी वळतो.]

मी : घोडके.

घोडके : (उलट वळत) सरकार.

मी : काही नाही. या तुम्ही. या.

घोडके : काय हवं नको, सांगा. घोडके गेल्यावर मनात येऊन उपेग नाही. आत्ताच कळलं तर होऊन जाईल.

मी : (घुटमळून) काल तुम्ही म्हणाला होतात.

घोडके : काल? काय म्हणालो होतो?

मी : काल रात्री. निरोप घेताना.

घोडके : निरोप घेताना? काय बरं? घोडकेच्या डोक्यात हजार गोष्टी. टायमावर आठवत नाही. सरकारान्ला आठवत असली तर सांगा.

मी : एकटेपणाचा त्रास होतो असं मी म्हणालो त्यावर तुम्ही म्हणालात...

घोडके	: काय? लगीन करा असं...
मी	: छे हो.
घोडके	: नाही? मग काय म्हणालो असणार?
मी	: घोडके वेड घेऊन पेडगावला जाऊ नका.
घोडके	: सरकार, म्हणालो असलो तर हेच म्हणालो असणार की सरकारांचं लग्नाचं वय झालं तर चांगल्या घरची मुलगी...
मी	: नाही. तुम्ही म्हणालात की... की... सोबत हवी. मायेचा हात... हवा.
घोडके	: तेच. लगीन केलं की मिळतंय सगळं.
मी	: (आता संकोच संपून) घोडके लगीन काय आज रात्रीत होणार आहे? प्रश्न आत्ताचा आहे. आज रात्रीचा आहे.
घोडके	: (आश्चर्य दाखवीत.) इतक्या घाईचा मामला आहे? मग चला सरकार. जागा दाखवतो.
मी	: जागा? कसली जागा?
घोडके	: आणखी कसली? धंदेवाल्यांची. आहेत की इथं. पण पुढची जबाबदारी घोडकेची नाही, आधीच सांगून ठेवतो. बाजारातली वस्तू ती बाजारातली वस्तू. तिची ग्यारंटी घोडके घेणार नाही.
मी	: (काही क्षण गप्प.) ठीक आहे. मी थांबतो. पण उद्यापर्यंत काहीतरी बघा.
	[घोडके मागे जातो. पाठमोरा होऊन फ्रीज होतो. 'मी' उरतो.]
	[मागल्या स्क्रीनवर सकाळ. 'मी' उठून पारोसा, जागरणाचा मार्केटमध्ये जाण्याला तयार झाला आहे. घोडके माल भरलेली हातगाडी घेऊन आतून येतो. त्याला पाहून 'मी'चा चेहरा किंचित् उजळतो.]
मी	: गुड मॉर्निंग घोडके.
घोडके	: गोडौनमध्ये डायरेक्ट माल भरूनच आलो. म्हणलो, सरकारांना जागरणाचं उठून उगा गोडौनचा फटका कशाला? निघू या मार्केटकडे? (वाट पाहून) सरकार तयार होतात तवर मी खाली आहे. दामू सरफऱ्याचा बैल तीन दिवस बेपत्ता आहे.

बिचारा हैराण आहे. खाली उभा आहे.
[निघतो. मागे जाऊन पाठमोरा फ्रीज होतो.]

मी : (प्रेक्षकांना) रात्रीचा विषय घोडकेनं काढला नाही. मीदेखील तो काढला नाही. मलाही स्वाभिमान होताच.

[मागे पाठमोरा फ्रीज झालेला घोडके परत येतो. मुखवटा लावलेला 'मी' पुढे आणि हातगाडीसकट घोडके मागे असे पार्श्वसंगीताच्या लयीवर मार्केटचा राउंड करतात. 'मी'ने मुखवटा चढवलेला. त्याचे दुकानदारांशी बोलण्या-हुज्जत घालण्याचे माइम. ते चालते तेव्हा घोडकेचे विडी ओढण्याचे, रस्त्यावर कुणाशी तरी बोलण्याचे, पुन्हा 'मी' ला जॉइन होण्याचे वगैरे माइम.]

मी : (मुखवटा हातात घेऊन प्रेक्षकांना) तरतरीचं नाटक करीत होतो पण दम नव्हता. घोडकेवर संधी मिळेल तेव्हा उगीच चिडत होतो. त्याला लागट बोलत होतो. मार्केटमध्ये एकदोघा चौकस दुकानदारांनी विचारलं देखील, काय साहेब, जिवाला बरं वाटत नाही काय? चेहरा उतरलेला दिसतो. त्यांच्या विचारण्यानं माझी अवस्था जास्तच बिनसत गेली. अशा क्रमानं इथे आपलं काय होणार? या नोकरीत, अशा भिकार आडगावांच्या फिरतीत आपण किती काळ टिकाव धरू शकणार? उमेदवारी संपेपर्यंत सगळं हे असंच चालणार. बदल शक्य नाही. ही नोकरी सोडली तर दुसरी याहून बरी नोकरी थर्ड क्लास बी. एस्सीला कुठली मिळणार? नोकरीशिवाय घरी रहाणं म्हणजे पुन्हा आई-बाबांचे पडलेले चेहरे आणि थंडे दृष्टिक्षेप झेलत जगणं. आपण कुणी तरी क्षुद्र जीवाणू आहोत असं वाटायला लावणारे बाबांचे ते येताजाता टोमणे... आईचे उसासे... घरी येणारांकडून चौकश्या, काय करतो हा? घरीच असतो का? त्यापेक्षा मरण बरं वाटायला लावणाऱ्या. त्यात भोवतालच्या बऱ्या-बऱ्या पोरींची पटापटा लग्नं होऊन त्या अमेरिकेला,

नाहीतर कॅनडाला, नाहीतर नुसत्याच सासरी जाणं. पहाता पहाता गर्भारशी होऊन पोटं मिरवीत येणं. त्यांच्या कार्ट्यांना त्यातल्या कुणी हा मामा, हा काका म्हणून आपली ओळख करून देणं. आपण तसेच. छे. परतीचा प्रश्नच नव्हता. दोर तोडलेले होते. काही झालं तरी इथं, असल्या गावंढ्या गावात आणि एकाहून एक भिकार लॉजमध्येच मी आयुष्याची उमेदीची वर्षं घालवणार होतो. निराशेनं मन भरलं. भविष्यात सगळा अंधार दिसू लागला. दिवस कसाबसा कामात गेला. संध्याकाळ झाली. घोडके मला अर्ध्या वाटेत सोडून कुठे नाहीसा झाला होता. लॉजच्या वाटेवर मी येऊ घातलेल्या नव्या रात्रीशी दोन हात करण्याची नव्याने तयारी केली. मार्केटात केमिस्टकडून झोपेच्या कामपोझ गोळ्या खरेदी केल्या. झोप येण्याआधी मन शांत असावं म्हणून रस्त्याकडेच्या धार्मिक पुस्तकांच्या दुकानातून व्यंकटेश स्तोत्र विकत घेतलं. पिवळ्या कव्हरातली दुसरी पुस्तकंही होती पण निग्रहानं टाळली. लॉजवर परतल्यावर थंड पाण्याची अंघोळ करून पवित्र मनानं व्यंकटेश स्तोत्राचं पारायण करायचं. त्यानंतर सात्त्विक फलाहार म्हणून हातगाडीवर विकत घेतलेली हिरव्या सालीची केळी भक्षण करायची. मग कामपोझ घेऊन आडवं व्हायचं. मनात सात्त्विक विचारच यावेत यासाठी डोळे मिटून श्रीराम श्रीराम असा अखंड जप करायचा. मेंढ्या मोजायच्या. त्याआधी उश्यासमोरच्या भिंतीवरचा सरस्वतीचा मुकुट घातलेला फोटो आज भिंतीवरून उतरवून खोलीच्या पार बाहेर नेऊन ठेवायचा. असं सर्व मनाशी ठरलं. इतकी तयारी केल्यावर झोप न येण्याचं कारण नव्हतं. काळोख पडला. थंड पाण्याची अंघोळ उरकून आता फलाहार करावा म्हणत होतो तेवढ्यात दरवाजा वाजला.

[मागे फ्रीज होऊन उभा असलेला घोडके आता वळून 'मी'च्या खोलीच्या काल्पनिक दरवाजाबाहेर येऊन उभा. 'मी' दरवाजा उघडतो.]

घोडके : (आत येत) सरकार, चला.

मी : (निरुत्साह दाखवीत) मी थकलोय, घोडके—

घोडके : आता अनमान नको. घोडकेनं वेवस्था केलीय.

मी : कसली व्यवस्था? (एकदम उजळत) केली?

घोडके : होय. तयार व्हा. दाढीबिढी करून चांगले कपडे घाला. सरकार तयार होतात तवर मी दावणगिऱ्याची मेव्हणी सापडली का पाहून आलो. दोन दिवसांमागे घरातनं पळाली.

[घोडके मागे जाऊन पाठमोरा फ्रीज होतो.]

मी : (दाढी कपडे करून तयार होण्याचे माइम करीत प्रेक्षकांना) मन उत्सुकतेनं भरलं. घोडके अण्णानं कोणती व्यवस्था केली असेल? कोणती स्त्री माझ्यासाठी तयार होऊन माझी वाट पहात असेल? तरुण असेल की...? अर्थात् ती तरुणच असू शकत होती. पण सुंदर? ते सांगता येत नव्हतं. या आडगावात औषधाला देखील एखादी सुंदर म्हणावी अशी स्त्री माझ्या नजरेला इतक्या दिवसांत पडली नव्हती. पण स्त्री सुंदर असली म्हणजेच आकर्षक दिसते असं थोडंच होतं? सुंदर नसूनही जिवाला येता जाता चटका लावणाऱ्या कॉलेजातल्या अर्धा डझन नकट्या, फेफट्या पोरी नजरेसमोर आल्या. कुणाचं चालणं, कुणाचं हसणं, कुणाचे लांब केस तर कुणाचं आणखी काही. आमच्या घरी काही काळ कामाला राहिलेली गौरा सुंदर कुठे होती? तशी तरुण देखील नव्हती. तरुण वयात तिला तीन पोरं झाली होती. बांध्यानं उफाड्याची आणि वागण्यात बिनधास्त होती इतकंच. पण माझ्या वयाच्या पंधरावीत तिने माझ्या कल्पनेत येऊन माझ्या किती रात्री खराब केल्या असतील, हिशेब नाही. आठवणीनंच अनावर व्हायला व्हायचं. ती काम सोडून गेली त्यानंतर कित्येक दिवस आपण उदास होतो. शेवटी स्त्रीमध्ये 'इट' नावाची गोष्ट असते ती वेगळीच असते. ती नाकाडोळ्यांत नसते. बांध्यात नसते. तसं काही भेटलं तरी चालेल. त्यात ती थोडीफार सुंदर असली तर विचारायलाच

नको. एकेक कल्पना करीत तयार झालो आणि घोडके परतला.

घोडके : (समोर येऊन) सरकार.

मी : कुठे जायचं?

घोडके : घोडके नेणार तिकडे.

मी : आणि?

घोडके : आणि काय? घोडके तुम्हांला नेऊन सोडणार.

मी : पुढे?

घोडके : सरकार, घोड्याला पाणी दाखवलं की पुढचं घोड्याला कळायला हवं.

मी : असं आहे तरी कुठलं ठिकाण हे?

घोडके : बघून पटलं नाही तर सांगा. घोडकेचं सर्वे काम चोख.

मी : (जरा घुटमळून) पैसे?

घोडके : तरी म्हणलो अजून कसं विचारलं नाही सरकारांनी. पैश्यानं सगळं मिळत नसतंय.

मी : म्हणजे?

घोडके : पैशाचा मामलाच नाही. पैशे उलट तुम्हांलाच मिळणार.

मी : (गोंधळून) मला मिळणार?

घोडके : हातच्या काकणाला उगा आरसा कशाला? चला निघा. उशीर होतोय.

[ढोलकीच्या जलद तालावर पार्श्व-संगीताच्या लयीत दोघे गोल-गोल फिरतात. मागल्या स्क्रीनवर पार्वती निवास, साईप्रसाद, दत्त-क्रिपा, गौरव्वा मेन्शन, समाधान अशा पाट्या आणि जुनी-नवी घरे आणि बरे-वाईट बंगले यांचे कोलाज. पार्श्वसंगीत. आणि दोघांचे गोल-गोल फिरणे मध्येच थांबते.]

मी : (पहात) घोडके, हा तर तसा मोहल्ला वाटत नाही.

घोडके : सरकार ही घरंदाज वस्ती आहे.

मी : आणि इथे....?

घोडके : ठिकाण तुमच्याकरताच आहे.

[त्याच पार्श्वसंगीतावर दोघे पुन्हा गोल-गोल फिरतात. मागील स्क्रीनवरचे कोलाज देखील गोल-गोल फिरते. पार्श्वसंगीत मध्येच थांबते.]

घोडके : ('मी'ला थांबवून). तो बंगला. झाडीआडला. दगडी कंपाउंड दिसतंय का. त्या लायनीतला शेवटचाच. आता इथनं पुढे तुम्ही एकट्यानं जायचं.

मी : (गोंधळून घोडकेला धरीत) एकट्यानं.....?

[मागील स्क्रीनवर रविवर्म्याचे वियोगदर्शक कण्व शकुंतला चित्र. कण्वाचा निरोप घेणारी शोकाकुल शकुंतला आणि दुःखी कण्व. बाजूला दुःखी हरणे वगैरे.]

घोडके : सरकार काही ठिकाणी एकट्यानंच जायचं असतं.

मी : पण पुढचं काहीच तुम्ही मला सांगितलेलं नाही.

घोडके : पोचा म्हंजे कळेल.

मी : पण थोडी तरी कल्पना हवी.

घोडके : दिंडी दरवाजा बंद असणार. त्याची कडी दहा-पाच वेळा वाजवा. चांगली जोरानं वाजवा, नाहीतर वाजवाल हलकी. कुत्र्यांचा कालवा झाला की समजा कडी ऐकू गेली. मग तो गोंगाट थांबला तरी कुणी येत नाही वाटेल पण येईल. वाट बघा. बंगला जुना न् मोठा आहे. आधीचा सरदाराचा वाडा. पार भुयारं बियारं होती ती बुजवलीत पण असती तर बाजारातल्या चांगदेवाच्या हौदात शिरला असतात तर सिध्धे वाड्यातच पोचला असतात. पण ते असून्द्या. दारात कोण दिसेल त्याला आपलं नाव सांगा. आपलं म्हणजे कुणाचं? माझं. घोडके गुर्जी. घोडके गुर्जीनं पाठवलंय म्हणा म्हणजे आत बोलावतील.

मी : कशाला पाठवलंय विचारलं तर...?

घोडके : बंगला चुकला समजा. मी दाखवतोय त्या बंगल्याच्या दारात कुणी असा प्रश्न विचारणार नाही. आत बोलावलं का शिरा आत. घाबरू नका. कुत्री भुंकतात, चावत नाहीत. पुढचं तुमच्या नशिबावर आणिक शहाणपणावर अवलंबून. आता

जास्त उशीर करू नका, व्हा पुढं.

मी : आणि तुम्ही—?

घोडके : उद्या सकाळला ठीक सातला. लाजवर. हाजर.

मी : म्हणजे तुम्ही चाललात?

घोडके : बन्सी मारवाड्याच्या पेढीवर रात्रीला दरवडा पडलाय कळलं. दिवसभर जमलं नाही, आता चौकशी करतो. पण सगळी वेवस्था चोख केल्यय, आता टाइम घालवू नका. आणखी एक. विचारतील त्याला नाही म्हणायचं नाही. आपलं उत्तर होय. नाहीतर घोटाळा कराल. घोडकेवर भरवसा ठेवा आणि होय म्हणा. ('मी' निघतो त्याला थांबवून) सरकार, अजून एक राह्यलं. कुत्रं दिसलं— घरात—का कौतुक करायचं. हाड-हुड करायचं नाही. लाड करायचे. भुंकलं, वा म्हणायचं. चाटू लागलं, चाटू द्यायचं. त्या घरातली कुत्री चावत नाहीत. येतो मी.

['मी' वळून मागे जातो, पाठ वळवून फ्रीज होतो.]

घोडके : (एक दोनदा गोल फिरून प्रेक्षकांना) दुसऱ्या दिवसाची सकाळ. टाइम आठ वाजता. ('मी'कडे जातो.) गुड मॉर्णिंग सरकार.

[मी'ची प्रतिक्रिया नाही.]

घोडके : सरकार.

[प्रतिक्रिया नाही.]

घोडके : मी घोडके सरकार बोलतोय.

[प्रतिक्रिया नाही.]

घोडके : काल पण रात्री झोप लागली नाही दिसतंय. काय बिनसलं?

मी : (वळून, स्फोट व्हावा तसा) शरम वाटायला हवी होती घोडके तुम्हाला.

घोडके : मला, सरकार—?

मी : हो हो, तुम्हालाच.

घोडके : ती कशाबध्धल सरकार....?

मी : कशाबद्दल! काल काय माझी शोभा करायचा बेत होता तुमचा?

घोडके : तुमची शोभा....?

मी : कशाकरता त्या घरी जायला सांगितलंत तुम्ही मला?

घोडके : का? काय झालं तिथं?

मी : काय व्हायचं? मला चक्क शिकवणी मागायला आलेला मास्तर समजले ते! शिकवणीचा दर विचारीत होते!

घोडके : मग तुम्ही.....?

मी : वाट लागली माझी. मला शिकवणी करायला पाठवलंत तुम्ही तिथे?

घोडके : पण तुम्ही काय म्हणला सांगा आधी.

मी : मी गोंधळलो. समोर आलेले मेणचट गृहस्थ बंगल्याचे दिवाणजी असावेत. उतरलेल्या मोठ्या मिश्या, डोक्यावर पगडी, उपरणं, दुसरं कुणीच दिसत नव्हतं. त्यांनी हा प्रश्न विचारला. आणि कुत्री. तुम्ही म्हणालात त्यावरून एका कुत्र्याची तयारी ठेवली होती मी. प्रत्यक्षात सात कुत्री, भुंकत उड्या टाकीत अंगावर आली. सात गावठी कुत्री खाऊन माजलेली. काळी. कुरूप. त्यातलं एक लंगडं. सात राक्षसच वाटले. एकानं छातीवर पाय रोवले. शक्य असतं तर त्याच पावली पळालो असतो. पण समोर ते दिवाणजी वाटणारे गृहस्थ वाट अडवून उभे होते. त्यांनी हा प्रश्न विचारला.

घोडके : उत्तर काय दिलं?

मी : शिकवणीसाठी मुळीच आलो नाही असं सांगणार होतो पण तुम्ही म्हणाला होतात त्याची आठवण झाली. नाही म्हणण्याची चोरी.

घोडके : मग होय म्हणालात.

मी : म्हणालो.

घोडके : द्या टाळी. (पुढे केलेला हात आपल्या कनिष्ठ पदाची आठवण होऊन मागे घेत.) मग पटला दर? ठरलं सगळं?

मी : शिकवणीचा? मी काय शिकवण्या करून पोट जाळणारा

मास्तर आहे? मास्तर?

घोडके : नाही.

मी : पण तुम्हांला शब्द दिला होता. म्हणालो, तुम्ही ठरवाल तो दर. तर ते म्हणाले, ठीक आहे. उद्यापासून यायला लागा.

घोडके : ठरलं मग! बेश.

मी : बेश काय बेश? काय होतं आहे तेच मला कळत नव्हतं. कशाकरता तुम्ही मला तिथे जायला सांगितलंत ते समजत नव्हतं. मी चुकीच्या बंगल्यात तर शिरलो नाही असंसुद्धा मनात येत होतं. पण परत फिरायची सोय नव्हती. समोर ती सात कुत्री आणि परतीच्या वाटेत मोठ्या मिश्यांचे दिवाणजीसारखे ते मेणचट गृहस्थ भिंतीसारखे उभे. दुसरं कुणीच नजरेत नव्हतं. ते म्हणाले, उद्यापासून येऊ लागा. त्यांना कुत्री आवरायला सांगून कसाबसा एकदाचा बाहेर पडलो. (संतापाचा उमाळा येऊन) घोडके, असला हलकट जोक तुम्ही माझ्यावर कराल, माझी अशी क्रूर थट्टा कराल असं वाटलं नव्हतं. यासाठी मी तुमच्याकडे मन मोकळं केलं? यासाठी माझा अत्यंत व्यक्तिगत आणि खासगी त्रास बोललो? यासाठी? (पार्श्वभागी ब्युगुल वाजतो. शब्दात निर्धार.) सर्वदमन बाबाजी किंवा जे कुणी असाल ते घोडके, या मिण्टापासून कंपनीच्या कामावरून तुम्हांला कमी करण्यात येत आहे. यू आर डिसमिस्ड फ्रॉम द सर्विस फ्रॉम धिस व्हेरी मोमेण्ट. यू कॅन गो.

घोडके : (या धक्क्यातून बाहेर येण्यासाठी काही क्षण घेऊन) सरकार. इंग्रजी शिकलेलो नाही. मतलब समजला वाटतो पण शंका नको म्हणून विचारतो, घोडकेला कामावरून–

मी : दूर केलं. बडतर्फ केलं.

['मी' पुन्हा पाठ वळवून बसतो, फ्रीज होतो.]

घोडके : (समोर, प्रेक्षकांकडे बघत) कंपणीच्या अन्नावर पोसलो. सात सरकार आले, गेले. सर्व्यांची शेवा केली पण ही वेळ कधी आली नव्हती.

मी : (न वळता पाठमोराच) कुणी आणली ती?

घोडके : मीच. पण सरकार, तिथं कोण भेटेल असं तुम्हांला वाटलं होतं?

मी : (वळून) सात कुत्री आणि एक अरबट म्हातारा, उतरलेल्या मिश्यांचा! प्रश्न तो नव्हता. मला काय शिकवणी मागण्यासाठी तिथं पाठवला?

घोडके : कुणाची ते सरकारांनी विचारलं नाही.

मी : कुणाची का असेना. कुणाची होती?

घोडके : घोडके सांगू शकत नाही. घोडके कंपणीच्या नोकरीत नाही.

मी : तरी पण...

घोडके : ते विचारल्याशिवाय तुम्ही 'येतो' म्हणून परत निघाला.

मी : त्या सगळ्या प्रकारानं अपसेट होतो मी. डोकं काम करीत नव्हतं. इतकी पूर्वतयारी करून घेऊन मला तिथं पाठवता. विचारतील त्याला होय म्हणायचं असं सांगून, आणि तिथं माझ्यासाठी काय वाढलेलं असतं तर— एक शिकवणी! घोडके, शिकवणी कुणाची?

घोडके : तेच सरकारला विचारत होतो तर मला डिसमिस करण्यात आलं.

मी : कुणाची का असेना, मी मास्तर नक्कीच नाही. शिकवण्या करणारा मास्तर तर नाहीच नाही. मी सेल्समन आहे. एका मोठ्या कंपनीत ॲप्रेंटिस म्हणून का होई ना, मला जॉब आहे. लौकरच मी पर्मनण्ट होईन आणि कधी तरी सुपरव्हायजर होईन. कुणी सांगावं, रीजनल मॅनेजरसुद्धा होईन ग्रह बरे असले तर. आणि मला तुम्ही मास्तरकी करण्याला पाठविता? मास्तरकी? (पुन्हा आवेश चढून) माझा पाणउतारा करण्याचा तुमचा बेत होता, घोडके. मला पद्धतशीर मामा बनवण्याचा बेत होता. माझ्यावर एक क्रूर जोक केलात तुम्ही. शहरचा माणूस म्हणून माझी फिरकी घेतलीत. आता गावभर सांगत फिराल, कशी फजिती झाली एका सफेदपोष माणसाची ते!

घोडके, तुम्ही कंपनीच्या कामात नाहीत म्हणजे नाहीत! यू आर आउट! जा. पुन्हा मला तोंड दाखवू नका.

['मी' होता तिथे पुन्हा पाठमोरा उभा. घोडके मान खाली घालून प्रेक्षकांना सामोरा उभा. पार्श्वभागी सॅड संगीत.]

मी : (काही क्षणांनंतर, पाठमोराच राहून) शिकवणी कुणाची? घोडके, मी तुम्हांला विचारतोय.

घोडके : घोडके कंपणीच्या चाकरीत आता नाही. (खालमानेनेच जाऊ लागतो.)

मी : (पाठमोराच) घोडके तुम्हांला कामावर परत घेतलं आहे.

घोडके : नको सरकार. एकदा झालं ते झालं.

मी : घोडके, तुम्ही कामावर आहात.

घोडके : नाही, मला कंपणीनं काढलं आहे.

मी : घोडके, जास्त ताणू नका. माझं डोकं गेल्यामुळे मी ते बोललो. असं होतं.

[घोडके यावर गप्प.]

आता प्रश्न असा आहे की पुढे काय करायचं?

घोडके : कशाच्या पुढे?

मी : काल घडलं त्याच्यापुढे.

घोडके : ते घोडके कोण ठरवणार?

मी : सरळ बोला. वाकड्यात शिरण्याचं काम नाही. मी आज संध्याकाळी काय करायचं? शिकवणीला जायचं?

घोडके : घोडके हलकट. त्याचा सल्ला घेऊ नका.

मी : घोडके–

घोडके : तरी पण सरकारांनी विचारलं म्हणून सांगतो, जाऊन बघावं. कुणाची शिकवणी ते तर कळेल. तुकारामबुवा म्हणालेत, अनुभवापरता नाही गुरू.

मी : अनुभव महाग पडला तर?

घोडके : अनुभवाच्या दुकानावर पाटी असते; एकदा विकलेला माल परत घेतला जात नाही.

मी	: ठीक आहे, मी आज संध्याकाळी जातो. पटलं नाही तर नाही म्हणेन.
घोडके	: बेशक. इथं कुणावर जुलूम आहे? आणि सरकार, तेवढं मात्र जपा. त्या सात कुतरड्यांचा अपमान करू नका. ते जरा निराळं प्रकरण आहे. समजेल मग तुम्हांला.

['मी' मागे जाऊन पाठमोरा फ्रीज होतो. घोडके प्रेक्षकांना सामोराच राहतो.]

[मागल्या पडद्यावर झाडीत बराचसा लपलेला दगडी कंपाउंडचा जुना बंगला दिसू लागला आहे.]

घोडके	: (प्रेक्षकांना) रात्री लाजखालून जात होतो. रस्त्यावरनं सरकारांच्या खोलीत लाइट दिसला. मी जरा अमल केला होता. तरी म्हणलो, जागे आहेत तर तसं जाणं बरं नाही. चौकशी करून पुढे जाऊ. म्हणजे, उद्या आपण कंपनीच्या नोकरीत आहोत का नाही ते आगाऊ कळेल तरी.

[रंगमंचावरच्या दुसऱ्या कोपऱ्यात नव्याने आलेल्या प्रकाशझोतात एक मध्यमवयाकडे झुकलेल्या नऊवारी शुभ्र लुगड्यातल्या बाई रंगमंचावर दिसतात. वयाने आणि नऊवारीने त्यांच्या व्यक्तिमत्त्वाला एक जीवघेणे देखणेपण आले आहे.]

बाई	: (प्रेक्षकांना न दिसणाऱ्या कुत्र्यांना) नेताजी, खोडकरपणा पुरे हं. लक्ष्मण, भुंकणं आधी बंद कर बरं. धनाजी, काय हा अगोचरपणा! अरे हो, हो, घेते मी तुला जवळ, पण हे पापे घेणं आधी बंद कर! बंद कर म्हणते ना! मंजू, बाळ, चला बरं आता आत, घरात चला, काळोख किती पडला.

[न दिसणाऱ्या कुत्र्यांशी खेळत, त्यातल्या कुणाला दूर ढकलत तर कुणाला चुचकारत आत जातात.]
[प्रकाशझोत विझतो.]

['मी' पाठमोरा फ्रीज होऊन उभा असतो तो वळून घोडकेकडे येतो.]

मी : (दोघांमधले लॉजच्या खोलीचे काल्पनिक दार उघडीत.) या घोडके.

घोडके : (काल्पनिक दारातून आत येतो. मुद्रेवर कायम एक प्यायले स्मित.) खालून जात होतो.

मी : वर दिवा दिसला, म्हणलो चौकशी करावी म्हणून वर झुकलो. बरोबर?

घोडके : सरकार मनातलं बोलले. कशी काय... शिकवणी? काय शिकवलं आज?

मी : घोडके, प्रकरण वाटलं होतं त्याहून वेगळं आहे.

घोडके : असणार तर.

मी : आणि साधं नाही, गुंतागुंतीचंसुद्धा आहे.

घोडके : गुंतागुंतीचं, नक्कीच आहे. पण सरकार शिकवणी कशी झाली?

मी : ते फार चांगलं घर आहे घोडके. घराणं असं तसं नाही, फार मोठं आहे. पूर्वीचे सरदार.

घोडके : असून्द्या, पण शिकवणी.

मी : बाईंचे यजमान... या भागातली मोठी असामी होते. आहे माहीत तुम्हांला?

घोडके : हो, पण...

मी : फार दानशूर आणि उमदा होता माणूस. पण काय करणार, अकाली गेला. आठ वर्षं होतील या जूनमध्ये. बाईंच्यावर घालाच होता तो दुर्दैवाचा. एकुलती एक मुलगी. ती मेण्टली रिटार्डेड, अर्धवट. बाईंना विरक्ती आली. अध्यात्मातच असतात त्या. घरचा कारभार म्हातारा दिवाणजी बघतो. बाई अत्यंत तेजस्वी आणि... या आहेत... म्हणजे व्यक्तिमत्त्वाने तुम्हांला असेलच माहीत.

घोडके : आहे ना, म्हणून तर शिकवणीला.

मी : काळजातलं दु:ख जगाला न दाखवता नेकीने जगतायत...बाई.

पाहून कल्पनाच येत नाही. व्हॉट करेज! पुन्हा पदरात अर्धवट मुलगी. तिचं पुढे काही होऊ शकत नाही. कायमची जबाबदारीच.

घोडके : पण शिकव...णी....

मी : मी तर भारावूनच गेलो. व्हॉट अ वूमन! असं काही बघायला मिळेल अशी अपेक्षाच नव्हती माझी. हसू नका घोडके, मी गंभीरपणे बोलतोय.

घोडके : नाही सरकार, हसत नाही. जरा जास्त झालीय त्यामुळे हसायला होतंय. पण घोडके गंभीर आहे. तर शिकवणी–

मी : कोणत्या तोंडानं नाही म्हणू शकत होतो? बाईंनी एकदा विचारल्यावर... नाही म्हणणंच शक्य नव्हतं. अर्थात मुलगी काय शिकेल ते सांगणं कठीण आहे. सारखी हसत असते, वेडसर. कधी लाळसुद्धा गळते. किती मायेनं बाई ती पुसतात, घोडके! अशा वेळी त्या नऊवारीतल्या मदर टेरेसाच भासतात. बाईंची इच्छा आहे की तिला निदान वाचता-लिहिता यावं. म्हणजे मुळाक्षरं आली तरी पुष्कळ आहे असं त्या म्हणतात. तशी ती मध्येच बरी असली तर उलटा घ किंवा र काढते बरं का. बाईंनी सांगितलं तर काढून दाखवलं तिनं पाटीवर- पण एकूण प्रकरण कठीण आहे आणि बाईंची अडचण काय आहे की शिकवणारा माणूस विश्वासू हवा. कुणीही कसा चालेल? मुलगी वयात आलेली आणि अशी... अर्धवट गैरफायदा घ्यायचा कुणी. म्हणून बाईंनी विशेष गळ घातली, म्हणाल्या नाही म्हणू नका. आता एवढी... ही... बाई म्हणते म्हणजे मानलं पाहिजे नाही का. तर मी हो म्हटलं.

घोडके : चांगलं झालं सरकार. तर आज बोलणं झालं. उद्यापास्ने शिकवणी सुरू.

मी : हो. सुरू.

घोडके : एक दिवसाआड का रोज...?

मी : अर्थात रोजच. मध्ये एक दिवसाची गॅप घेतली तर मुलीला विसरायला होणार नाही का? रोजचा सराव हवा. हसताय का

तुम्ही घोडके?

घोडके : कुठं सरकार. वाटतं तसं. जरा जास्त झालीय ना... मग सरकार, बाई तुम्हाला पसंद आली.

मी : काय? काय म्हणालात तुम्ही? घोडके शब्द नीट वापरा. ती बाई फार मोठी आहे.

घोडके : फकस्त चाळिशीतली...

मी : मी मनानं म्हणालो. तुम्हांला वयानं वाटलं. वय चाळिशीचं असलं तरी पाहून कंटाळा येत नाही. मूळ प्रेमळ व्यक्तिमत्त्वात वैराग्याची आणि पावित्र्याची एक झाक आहे. बघणाराची नजर खालीच जाते. घोडके, शपथपूर्वक सांगतो, बाया पुष्कळ पाहिल्या. तरण्या, वयावरच्या. पण असं व्यक्तिमत्त्व दिसलंच नाही. ही स्त्री नव्हे, देवी वाटते.

घोडके : हसत नाही सरकार. घोडके गंभीर आहे आणि त्या कुत्र्यांचं काय...

मी : ते राहिलंच. ते तर सर्व विलक्षणच आहे. एवढ्या संख्येनं गावठी आणि तीसुद्धा काळी कुत्री त्या घरात का, हा प्रश्न माझ्या मनात होता त्याचं उत्तर बाईंनीच दिलं. बाईंच्या स्वप्नात म्हणे त्यांच्या यजमानांच्या गेल्या पुण्यतिथीच्या आधल्या रात्री त्यांचे यजमान आले आणि त्यांनी सांगितलं की मी पुनर्जन्म घेतला आहे. मी या जन्मी कुत्रा झालो आहे. बाईंनी विचारलं, ओळखायचं कसं? तर यजमानांनी नव्या जन्मातलं दर्शन दिलं. ते गावठी आणि काळे होते. बाईंना असाही संशय आहे की ते एका पायानं जरा अधू पण होते. ते भुंकत होते. तेव्हांपासून घोडके, या वर्णनाचं कुत्रं दिसलं की बाई त्याला घरी आणतात आणि पाळतात. हाऊ वंडरफुल! सिम्पली थ्रिलिंग! एखाद्या कादंबरीत वाचावं तसं! आपण तर खलास झालो. सांगताना बाईंच्या डोळ्यांत मूर्तिमंत अश्रू तरारले होते. पतीविषयीचं केवढं प्रेम हे! पतीविषयीची केवढी ओढ! ही खरी जन्मोजन्मीची संगत! घोडके, असा पती विरळा आणि अशी पत्नी विरळा.

घोडके : सरकार दुनियेत काय काय चमत्कार भेटतील सांगता येत नाही. तुकारामबुवाच म्हणले आहेत.

मी : (वाट पाहून) काय म्हणले आहेत?

घोडके : काय नाही म्हणले विचारा. जरा जास्ती झालीय त्यापायी आठवत नाही.

मी : घोडके, बरं झालं तुम्ही मला तिथे पाठवलंत. एरवी असं विलक्षण व्यक्तिमत्त्व कुठे भेटलं असतं!

घोडके : सरकारांची तब्येत खूश तर घोडके खूश. घोडके उगा फालतू काही दाखवणारच नाही तो. निघतो तर सरकार. येता येता पांडू झवर भेटला. बातमी दिली बसप्पा वडाराचा बाप मेलाय, माणसं कमती आहेत. जायला हवं.

['मी' वळून पाठमोरा फ्रीज होतो. घोडके झुकत-झुकत आत जाऊन ढकलगाडी घेऊन येतो.]

घोडके : (प्रेक्षकांना) यानंतर सरकार ठरल्याप्रमाणे शिकवणीला बंगल्यावर जाऊ लागले. तिकडे जाऊ लागल्यापास्ने सरकारान्ला मार्केटमध्ये एकदम नवा उत्साह आला. नव्या जोमानं काम होऊ लागलं. सकाळी आठ म्हंजे आठच्या ठोक्याला सरकार मार्केटवर हाजर. दिवसाला दहा दुकानं हा कंपणीचा नियम तर सरकारांची बारा-तेरा होऊ लागली. मालाला खप नाही म्हणण्याची सोय दुकानवाल्यांना राहिली नाही. वसुलीनं कळस गाठला. सरकारांच्या दट्ट्यापुढे दुकानवाल्यांचा निभाव लागेना. इरसालातले इरसाल तंग आले. म्हणू लागले, या तुझ्या साहेबाला आवर. सरकारांमागं विचारू लागले, तुझा तो कर्दनकाळ कुठं आहे? आज कुठं दिसत नाही? दुकानदारांचं सोडा पण घोडकेला नको जीव होऊन गेला. बाई किती थोर त्याच्या लेक्चरांनी. अखेर, इतका खप होतो कसा ते बघण्यासाठी कंपणीचा वरचा पारशी साहेब येऊन पोचला. सोली ताडपत्रीवाला सरकार.

[लांब दोन-तीन रंगी केसांचा आणि फिलॉसॉफिकल जिराफासारख्या व्यक्तिमत्त्वाचा, ढगळ सुटातला ताडपत्रीवाला लांब ढांगा टाकत

पाइप फुंकीत येऊन पोचतो. हातात प्रवासाने खूप पोचे आलेली सुटकेस. सुटकेस खाली ठेवून 'मी'शेजारी जाऊन बसतो. मागे पडद्यावर आता काही नाही.]

ताडपत्रीवाला : (काही वेळ जोरजोराने पाइप फुंकून 'मी'ला) साला गंगू, तू एकदम साला ब्लडी बास्टर्ड निघाला. कंपनीचा सुप्रा साफ करन्याचा तुझा प्लान गमतो. बॉम्बेमधी हेर ओफिस साला सस्पिशस होऊन गेला. इतना बारका सेंटर आनिक हितला सेल साला एकदम इतका कसा वारला? महिनामधी टेन थाव्‌जंडची जंप! वसुली पण जबरदस्त. फिगर बघून आपडा एमडीला झीट येनार वाटला. माला लगभग टेलिग्राम; तू असशील तसा जाऊनशानी बघून ये आनिक रिपोर्ट कर सिच्युएशन काय हाय. म्हून मी आला. साला गंगू, तू आसा काम करतो तर एम डी चा तिकरे हार्ट फेल होएल. साला बायपासचा समदा पैसा फोकट जाएल ना तेचा. आनिक आपरा एम डी सोनापूरमधी गेला तर डिरेक्टर बोर्डमंदी शिद्दी खोपरीचा कोन राह्यला साला? बोल, कोन ऱ्हायला? बीस बरसमधी एक सेन्सिबल एम डी साला कंपनीला भेटतो आनिक तू भारी काम करून तेचा सत्यानास करतो हे बराबर नाय. तू असा नको करू माय लॅड. काम कमती कर, कमती कर. टोन डाउन योर एफिशिअन्सी माय बॉय. कंपनीचा एक टाइम छोड पण तू इंपोटंट होऊन जाएल तेचा काय? यू नो धिस? इतका ज्योर मार्केटमधी लावेल तो तुझ्यापाशी सिल्लक काय राहेल? थिंक कर. थिंक कर. अरी ए घोरकी—

घोडके : (पुढे होत विनम्रपणे) मोठे सरकार, काय ड्रिंक बिंक? व्हिस्की, रम का आपली कंट्री?

ताडपत्रीवाला : नुको. आज आपुन ड्रिंक नाय घेल. आज साला थर्स डे. गुरवार. दत्ताचा वार. आपडा उपास असतो.

घोडके : (चकित) उपास?

ताडपत्रीवाला : ते माझी बेगमधी दत्तगुरूचा स्तोत्र असतो ते काढून दे नी

माला.

घोडके : (अचंब्याने) दत्तगुरूचं स्तोत्र? आपण हल्ली उपास करता सरकार?

ताडपत्रीवाला: तो? वाइफने सांगटला तर करायला नुको? तेला साला डिकरा हवा आणिक तो होतेच नाय ना ब्लडी बास्टर्ड. तो वाइफ कोन बावाकरे जाते आनिक बावा सांगते हजबंड वाइफ दोघानी मंगलवार अने गुरवार उपास करा आनिक स्तोत्र पढा. वाइफ करते तो आपुन नुको करायला? इतरा रिस्पेक्ट तो आपल्या वाइफला द्यायलाच पडते का नाय? काय घोरकी? (मीला ढोसून) काय गंगू?

घोडके : (बॅगेतले स्तोत्र काढून ताडपत्रीवालाला देत) होय सरकार.

ताडपत्रीवाला: (स्तोत्र उघडून) ज्या तू घोडकी. (निघालेल्या घोडकेला स्तोत्रावरून डोळा घालीत) आनिक रातचे बारा वाग्यापछी ये हां. आवते समय कंट्रीची दोन मोठी बोटल आणायला विसरू नुको. साला उपास छोडायला पडते नी. आणिक असा कर. एक पोरीबी घेऊन ये येते वखत. माजी रूम बाजूमधीच हाय तिथे छोड साला. तसा फार कॉस्टली नाय पायजेल पण सेफ हां. उपासपछी ते पण लागतेच ना.

[बसल्या जागी पाठ करून स्तोत्र वाचत असल्यासारखा बसतो. घोडके जाऊ लागतो.]

ताडपत्रीवाला: (वळून) विसरला साला. अरी ए घोरकी, ते बेगमधी आपरी वाइफची सारी हाय ती ज्यरा टाक नी हिकरी. टाक. स्तोत्र पढते वखत सारी पांघरायला सांगटला हाय बावानी. वाइफची सारी साला.

[घोडकेने बॅगमधून काढून दिलेली साडी ताडपत्रीवाला डोक्यावरून घेतो आणि स्तोत्रपठण सुरू करतो. फ्रीज होतो. साउंड ट्रॅकवर पुरुषी आवाजात स्तोत्रपठण मग ते थांबते.]

घोडके : (प्रेक्षकांना) इनिस्पेक्शन करून ताडपत्रीवाला सरकार बॉम्बेला निघून गेला तेव्हा जाताना बसाळे सरकारान्ला वडीलकीच्या

चार गोष्टी सांगून गेला.

['मी' आणि ताडपत्रीवाला (डोक्यावरच्या साडीसकट) वळून प्रेक्षकांना सामोरे उभे. घोडके मागे ताडपत्रीवालाची बॅग घेऊन उभा.]

ताडपत्रीवाला : तू माझा आइक गंगू. लाइफमधी सर्वांमधी महत्त्वाचा काय? व्हॉट इज ऑफ सुप्रीम इम्पॉर्टण्स? साला खाना पीना आणिक, सेक्स. साला हे हाय तर लाइफ हाय. नाही तो सब बेकार. विदाउट साल्ट बिर्याणी. लाइफमधी साला परपज नाय ऱ्हाणार. हेच्यासाठी जगायचा नि हेच्यासाठी मरायचा. पैसा पण हेच्यासाठी करायचा. आय टेल यू माय बॉय, वन मस्ट बी सिन्सेअर ओन्ली व्हेन वन इज ड्रिंकिंग, ईटिंग एंड....('मी' गडबडीने ताडपत्रीवालाच्या तोंडावर हात धरतो.) बोलला नाय तरी ती मूलभूत गोस्ट हायच. ती नाय तर साला मानूस जात ऱ्हानार नाय. म्हंजे आक्खी सिविलिझेशन खल्लास! होल ब्लडी वर्ल्ड साला खतम! कंपनी कशी चालेल? समझला तू? आपन च्यालते तर वर्ल्ड च्यालते तर कंपनी च्यालते. आपरी पावर साला फालतू कामामंधी खर्च करेल तर सेक्समधी एनर्जी कुठून आणेल? तर डिकरा, कंपनीचा काम हात राखून कर. सेल खाली स्टेडी राख. कम नाय, ज्यादा पन नाय. स्टेडी. माझा एक्सपीरिअन्स्ड माणसाचा एडव्हाइस आइक. साला सेक्स आणिक सर्विसमधीच आपरा बाल पांढरा झ्याला नी. (अंदरकी बात सांगावी तसा) कंपनीचा काम जान लावून केला तर काय होते? मेनेजर, डायरेक्टर नाय तर लईच झ्याला तर मेनेजिंग डायरेक्टर. समद्यांचा रिपोर्ट साला तेंच्या वाइफ लोकान्ला इचार तू, इचार. एकसे एक फ्लॉप. शोफर कारबी च्यालवते आणिक वाइफ बी च्यालवते. हे खाली, बसून फिरते, बास. तू इचार साला. तुझा नुको नी असा होऊन्दी? मंग? अरी ए घोरकी... खुटे गेला हे?

घोडके : (विनम्रपणे) मोठे सरकार.

ताडपत्रीवाला : हेच्याकरे काय बघून घी, बघून घी. आमी ज्याते साला रूममधी स्तोत्र पढायला. वाइफला डिकरा होएल तर सुटेल साला.
[ताडपत्रीवाला बॅग आणि लोंबत्या साडीसकट मागे जातो आणि पाठमोरा फ्रीज होतो.]

मी : (प्रेक्षकांना) हंबग! लाइफमधी खाणं-पिणं आणि सेक्स महत्त्वाचा म्हणे! याला लाइफमधल्या याहून महत्त्वाच्या गोष्टी काय ठाऊक? जनावर लेकाचं.

[आधीच्या पांढऱ्या नऊवारी लुगड्यातल्या बाई डोक्यावरचा आणि अंगभरचा पदर सांभाळीत मागल्या खुर्चीत येऊन बसतात. त्यांच्याच पोर्ट्रेटसारख्या वाटतात. हातात काही कागद. आता 'मी' जाऊन त्यांच्यापुढे हिज मास्टर्स व्हॉइसच्या कुत्र्यासारखा बसतो. चेहरा भारलेला.]

बाई : (हातातले कागद वाचत) सहिष्णुतेच्या या प्रकृतीमुळे हिंदुस्थानने अनेक परस्थांना आश्रय दिला असे इतिहासात आपण वाचतो. त्या परस्थांनी जोवर आपली मते, आपले विचार, झालंच तर म्हणजे आपली आराध्य दैवते, आपले वर्चस्व हिंदुस्थानवासीयांवर बळाने लादण्याचा प्रयत्न केला नाही तोवर हिंदुस्थानवासीयांच्या स्वाभिमानाला धक्का लागण्याचा प्रश्नच नव्हता. (यातच एकीकडे कुत्र्यांना) नाही नाही मारुती, असं नाही वागायचं. शहाण्यासारखं बसायचं. नो बिभीषणा, नो. नो म्हणते तर? मुळीच नाही गालाशी यायचं. (पुन्हा हातच्या कागदात) स्वत्त्वाला धक्का लागतो तेव्हाच संघर्ष उभा राहतो. इतिहास चाळताना आपणास रक्ताने (पान उलटून) ठिबकत असलेली अशी पाने ठायी-ठायी दिसतात ती बहुधा सहिष्णुता आणि स्वत्व यांच्या सीमा रेषेवरच. ('मी' ला) मास्तर, कसं जमलं आहे?

मी : (एकीकडे मांडीवर चढणारा अदृश्य कुत्रा बळेच दूर सारीत) फारच सुंदर. जवाब नाही.
[बाई पुढे वाचतात. 'मी' भारावून ऐकतो आहे.]

बाई : (वाचताना थांबून डोळे पुसत) ज्यांनी मला आग्रहानं वाचायला लिहायला लावलं, ते गेले.

मी : (हळहळून) वाईट झालं.

बाई : (भडभडून) त्यांच्या स्मृती मात्र वर्षं गेली तरी कशा प्राजक्ताच्या फुलांसारख्या ताज्या आहेत.

मी : असणारच.

बाई : (मुसमुसत) मधूनच सगळं कसं अनावर होतं. वाटतं, ते गेले आणि मी का राहिले?

मी : असं कसं. ते तरी कुठे गेले? (अदृश्य कुत्र्यांकडे पहात) हे काय, हे सात आहेत ना. यात असतील ते कुठे तरी. (तेवढ्यात लगट करणाऱ्या कुत्र्याला दूर सारीत) अरे? माझा कसला गाल चाटतोस... गुलामा? अं? दूर हो, दूर हो. (बाईना) हं, वाचा, पुढे वाचा. फार छान वाचता बुवा तुम्ही. असं काही पूर्वी ऐकलंच नव्हतं.

[दोघांचे हे वाचन-श्रवण माइमच्या स्वरूपात पुढे चालू रहाते. मग 'मी' आणि बाई असल्या ठिकाणी पाठ वळवून फ्रीज होतात.]

घोडके : (फ्रीज झालेला 'जिवंत' होत) शिकवणी द्यायला जाऊन बसाळे सरकार हे असे शिकवणी घेत बसू लागले. मुलीऐवजी आईच्या संगतीत त्यांचा संध्याकाळचा टाइम हा असा जाऊ लागला. न पिता सरकार आता कायम प्यायल्यासारखे असायला लागले.

[रंगमंचावरच एकीकडे ठेवलेली ढकलगाडी घेऊन घोडके स्टेजवर फिरू लागतो. बाईंसमोर फ्रीज होऊन बसलेला 'मी' उभा राहून ट्रान्समध्ये असावा तसा पुढे येतो आणि गाडीबरोबर फिरू लागतो. मुखवटा गळ्यात लोंबतो आहे. घोडके त्याच्या बाजूने चालतो आहे.]

मी : (फिरत) घोडके, अत्युच्च आनंद मिळवणं हा जीवनातला अंतिम हेतू. हा आनंद म्हणजे आत्म्याची ओळख होणं.

[यापुढे ओठांची हालचाल आणि शब्द बाईंचे.]

बाई : (फक्त शब्द) मी आणि या विश्वाचा निर्माता एक आहोत या भावनेचा अनुभव घेणं. आत्म्याशी परमात्म्याची भेट होणं. या सिद्धीकडे नेणारा प्रयोग तो योग. हा योग माणसानं जगलं पाहिजे.

घोडके : (घाईने) टोपी पडली. (टोपी उचलण्याच्या बहाण्याने पुढचे प्रवचन टाळतो.) होय सरकार, बरोबर, रास्त आहे. पाय पाय सांभाळा, खड्ड्यात जाईल. इकडून चला. तिकडे कुत्रं आहे. काळं नाही, करडं आहे.

['मी' मागे गेलेला. पाठमोरा होऊन फ्रीज होतो.]

घोडके : (प्रेक्षकांना) मार्केटमध्ये पण हेच. दुसरी बात नाही. आत्मा, परमात्मा, शिद्धी. दुकानवाले कंटाळून गेले. मागं म्हणू लागले, 'तुझ्या साहेबाला आवर. त्याला येड लागतंय.' लाजवर सरकार गाठ पडणं कठीण झालं. सरकारांचा मुक्काम बंगल्यावर, शिकवणीला.

मी : (दुकानदारांना सांगावे तसा) नो, बाकेलाल, कपड्याच्या शिंग छाप साबणाच्या चार वड्या जास्त खपवल्याचा कसला गर्व मिरवता? आत्मा स्वच्छ ठेवा. समाजाच्या आणि स्वत:च्या त्या.... आपल्या याच्याकडे आधी लक्ष द्या. उत्थानाकडे. ते श्रेष्ठ महत्त्वाचं. स्वत्व आणि सहिष्णुता महत्त्वाची. काही थुंकू नका तोंडातलं पान, आधी हे ऐका नीट—

[पुन्हा मिड्-ॲक्शन फ्रीज होतो.]

घोडके : (प्रेक्षकांना) मार्केटात दुकानदार सरकार दिसले की लपू लागले.

मी : (फ्रीज झालेला जिवंत होऊन लॉजवरच्या बाबू नोकराला, जो प्रेक्षकांना दिसत नाही.) बाबूसरकार, आणलीस तशी ती कंट्रीची बाटली परत ने. दारूच्या द्रवात काय आहे? खरी नशा आत्म्याच्या उन्नत अवस्थेत आहे. तूसुद्धा अध्यात्माची दिव्य दारू पीत जा. संतांनी तिचा भरपूर स्टॉक आपल्यासाठी गाळून ठेवला आहे. कितीही प्या, संपत नाही. अल्पमोली, बहुगुणी.

मन:शांतीसाठी संतांच्या शिकवणुकीकडे वळल्याशिवाय तरणोपाय नाही. बाबू, बाबू सरकार, भक्त कबीर. नाव ऐकलं आहेस? संतांचे शिरोमणी. (मध्येच) कोण ओरडलं? कुत्रं? काळं आहे का बघ—

[फ्रीज होतो.]

घोडके : (प्रेक्षकांना) लाजवर मॅनेजरपासून बाबू सरकारपर्यंत सर्व्यांना वाटू लागलं का बसाळे सरकारांचं डोकं सरकतंय.

['मी' फ्रीज होऊन बसलेल्या पाठमोऱ्या बाईंपाशी जाऊन भक्तिभावाने बसतो. दोघे एक भक्तिगीत ऐकण्यात तल्लीन. म्हणजे बाई तल्लीन. 'मी' मधून मधून बाईंकडे अनिमिषपणे पहातो आहे आणि पुन्हा डोळे मिटून घेतो आहे. ऐकू येणारे भक्तिगीत फेड होते तशी दोघे प्रेक्षकांकडे पाठ वळवून फ्रीज होतात.]

घोडके : (प्रेक्षकांना) जळी स्थळी सगळीकडे बसाळे सरकारान्ला आता बाईचीच मूर्ती दिसू लागली.

मी : (पाठमोरा फ्रीज झालेला एकदम वळून दात-ओठ खात कोणाच्या तरी कानाखाली वाजवून) शटप्! शरम नाही वाटत त्या साध्वीबद्दल असं बोलायला? ती काय सोसते आहे, कशी जगते आहे तुम्हाला काय ठाऊक! काय ठाऊक तुम्हाला? तिच्या जोड्याशी बसण्याची लायकी नाही तुमची, समजलात? एकदा बोललात, एवढ्यावर सुटलात. पुन्हा बोललात तर जीभच बाहेर ओढून काढीन! म्हणे कुत्रे ठेवलेत! (वळून पाठमोरा फ्रीज होतो.)

घोडके : (प्रेक्षकांना) हे मार्केटवर झालं. मार्केटवर एका दुकानवाल्याच्या मुस्कटात हाणली न् काय सरकारांनी! बातमी सगळ्या मार्केटवर व्हायला मग काय वेळ लागतोय? दुकानवाले पोलिसातच जाणार होते पण घोडकेनं रोखलं कसं तरी. घोडकेला चिंता लागून राहिली. एवढ्यात असं, तर यानंतर काय होणार

सरकारांचं? ('मी' कडे जाऊन अजीजीने) घोडके लहान तोंडी मोठा घास घेतोय म्हणा हवं तर सरकार, पण त्या शिकवणीच्या प्रकरणात जरा—

मी : (वळून) घोडके, त्याबद्दल तुम्ही मला सांगण्याची गरज नाही. तुम्हीच जरा मार्केटवर वेळेवर पोचत चला. (वळून पुन्हा फ्रीज होतो.)

घोडके : (प्रेक्षकांना) घोडकेची सांगण्याची विच्छा, पण सरकार ऐकायलाच तयार नाहीत. कुठनं शिकवणीला पाठवलं असं घोडकेला होऊन गेलं.

['मी' बाईंच्या शेजारी जाऊन बसलेला. बाई अंगझटीला येणारी कुत्री— प्रेक्षकांना न दिसणारी— लाडाने दूर करीत आहेत. 'मी' उत्तेजित होत पहातो आहे. बाई 'गीतगोविंद'मधला एक विशेष शृंगारिक संस्कृत श्लोक निर्विकार चेहऱ्याने वाचून त्यातल्या आशयाचे तपशीलवार निरूपण भारदस्तपणे करू लागतात. 'मी' आणखी आणखी उत्तेजित होतो आहे.]

बाई : पाहिलंत ना मास्तर कसा सुंदर आध्यात्मिक आशय आहे या श्लोकातला? शरीराचे दाखले देत कवी पारलौकिक सुखांबद्दल आपल्याला सांगतो आहे आणि काव्य तरी किती बहारदार! वाचू लागलं की देहभान विसरायला होतं. एका उच्च पातळीवर असायला होतं. शब्दाशब्दागणिक अंगावर कसे नुसते रोमांच उभे रहातात! याला म्हणतात काव्य! तुम्हांला नाही माझ्यासारखं होत? जरा तिकडे सरकून बसा. ही आपली सुंदर परंपरा. मास्तर. आता पुढला श्लोक पहा. हा तर पहिल्याहून बहारदार आहे. (वाचण्याचे माइम करतात.)

[यापुढे दोघांचे वाचण्या-ऐकण्याचे माइम. वाचत असलेल्या बाई निर्विकार आणि भारदस्त. साउंड ट्रॅकवर 'गीतगोविंद'मधील श्लोकांचे गायन. 'मी' आणखी-आणखी उत्तेजित होत असलेला. मागील पडद्यावर जुन्या लेण्यांपैकी वेचक शृंगारिक लेण्यांची

एकेक चित्रे प्रेक्षकांसमोर येऊ लागतात. प्रत्येक चित्रापुढे कोपऱ्यात हिज मास्टर्स व्हॉइसच्या कुत्र्याच्या पोजमध्ये एक काळा कुत्रा बसलेला.]

घोडके : (प्रेक्षकांना) बाईंची शिकवणी चालत असताना सरकारांच्या मनामध्ये काय येत होतं ते दाखवण्यासाठी ही चित्रं समजा. घोडकेसारख्या अडाणी माणसाला ते सांगणं कुठलं जमणार?

['गीतगोविंद' गायन मध्येच एकदम बंद.]

बाई : (काही अनपेक्षित आणि धक्कादायक घडल्याप्रमाणे चमकून 'मी' कडे पाहत) काय झालं?

['मी' ब्रेथलेस.]

बाई : तुमचा स्पर्श मला झाला. का झाला? चुकूनच झाला असणार. परत असं होता कामा नये. हा अध:पतनाचा मार्ग आहे, मास्तर. हे अनैतिक आहे. (पदर अंगाभोवती घट्ट गुंडाळून घेतलेला.) यानंतर काळजी घ्या, मास्तर. आता पुढला श्लोक वाचू या. (श्लोक वाचू लागतात.)

[बाईंचे श्लोक-वाचनाचे माइम.

साउंड ट्रॅकवर 'गीतगोविंद'मधले श्लोक पुन्हा सुरू होतात. मागील पडद्यावर शृंगारिक चित्रे वेगाने, वेडीवाकडी येऊ लागतात. बाई आणि 'मी' बसल्या जागचा प्रकाशझोत विझतो.

त्याच जागी नव्याने प्रकाश येतो तेव्हा एकटाच 'मी' एक्साइट होऊन तडफडत बसलेला दिसतो. बाईंची जागा रिकामी.

'मी'च्या बाजूला हिज मास्टर्स व्हॉइसच्या पोजमधल्या काळ्या कुत्र्याचा कट-आउट.

साउंड ट्रॅकवरचे गीतगोविंद थांबलेले.]

घोडके : (हातगाडी रंगमंचावर फिरवित प्रेक्षकांना) आपणच बऱ्याचदा मार्केट सांभाळीत होतो. बसाळे सरकार नाहीत म्हणून तसा फरक नव्हता. फरक म्हटला तर, दुकानदार विचारीत, कुठं

आहे तुझा साहेब? वर हसत. हसणाराचे दात दिसतात, ते
पण, समोर असेल त्याला. आपल्याला काळजी होती वेगळीच.
[तडफडत असलेला 'मी' रागाने कुत्र्याचा कट-आउट विंगेत
फेकून देतो.
होता तिथून तिसरीकडे येऊन बसतो.
बाई आता 'मी' कडे येऊन बसतात.]

बाई : (अस्वस्थ पण तरी भारदस्तपणे) इतकं सर्वांचं करते मास्तर,
साताची नऊ झाली. तो लंगडा संताजी गेल्या महिन्यात आणला
तेव्हा कसा मरतुकडा होता आणि आता नुसता बोक्यासारखा
फुगलाय. पण एकेकदा मन निराश होतं. धीर सुटतो. वाटतं,
यातले नक्की कुठले ते असतील? की कुठलेच नसतील?
पुन्हा स्वप्नात येऊन सांगणं का होत नाही की मी अमूकच
म्हणून? रोज झोपताना म्हणते, आज येतील, पण पत्ता नाही.
मास्तर, यातले कुठले ते असतील? की कुठलेच नसतील?
नसले तर कुठे असतील? कुठे बेवारशी, घाण चिवडीत,
वणवणत तर नसतील ना? रोगानं सडून सडकेकडेला तडफडत
तर नसतील? की आणखी कुणा मालकिणीच्या पदरी पट्ट्यात
जखडून शेपटी हलवीत जगत असतील हो ते? विचारांनी
व्याकूळ होतं मन. जीव कसा तिळ-तिळ तुटतो. पण उत्तर
सापडत नाही. ते मला काही केल्या खूण सांगत नाहीत. पुन्हा
माझ्या स्वप्नात फिरकत म्हणून नाहीत. (हातातले पुस्तक
उघडतात.)
[तडफडणारा 'मी'.]

बाई : रात्र-रात्र झोप नसते. या कुशीवरून त्या कुशीवर तळमळण्यात
रात्री सरतात. मनोमनी त्यांना बोलवत राहते. बिछाना नुसता
खायला येतो. भरभरून यायचं आणि.... वाहून जायचं. असं
किती चालणार? सांगा, किती चालणार? (उसासून) जाऊ दे.
कालचं महाभारताचं वाचन पुढे सुरू करू.
[मागे स्क्रीनवर लेण्यांमधली शृंगारिक शिल्पे पुन्हा येऊ लागलेली.

एकावर बाईंचाच चेहरा.
साउंड ट्रॅकवर 'गीतगोविंद' ऐकू येऊ लागते.
त्यात मध्येच रॉक आणि रॅप म्युझिक मिसळते.
कुत्र्यांचा कालवा.
ताडपत्रीवाल्याचा उपदेश प्रथम डबल स्पीडने आणि मग सरळ.
बाई उठून मागे गेलेल्या.
पाठमोऱ्या फ्रीज होतात.
[पडद्यावरची चित्रे अदृश्य.]

घोडके : ('मी'कडे जाऊन) सरकार, ड्रिंक घेणार? घ्या की, तेवढाच जिवाला आराम वाटेल.

मी : नाही घोडके, नाही. मद्याला मी स्पर्श करणार नाही.

घोडके : मग सिनेमा बघायला तरी चला. मराठी लागलाय.

मी : तुम्ही बघा.

घोडके : गावात नवा कीर्तनकार बुवा आलाय. ते तरी ऐकायला चला.

मी : नो. (तडफडतो आहे.)

घोडके : (अनावर होऊन) मग जाऊन धरा तरी तिला. जिवाची ही अशी फुकटची तडफड कशाला करून घेता?

मी : (भडकून) घोडके, म्हणायला काही वाटत नाही? गेट आउट! बाहेर व्हा आधी! बाहेर! एकदम बाहेर! यू आर डिसमिस्ड!
[घोडके खालमानेने बाहेर म्हणजे दुसऱ्या बाजूला येतो.]

घोडके : (प्रेक्षकांना) सरकारांनी दोन महिन्यात सातव्यांदा घोडकेला हा असा कामावरनं कमी केला. गोष्टी हाताबाहेर निघाल्या. सरकारांचे दिवस कसे तरी जात पण रात्री खोलीवर खराब होत होत्या. सरकार दारू पिणं बंद करून ते काय संस्कृती आणि आत्मा आणि नैतिक का काय त्याचे डोसावर डोस मारत होते पण जिवाला आराम म्हणून नव्हता. तकलिफीला उतार नव्हता. ती सारखी वाढतच होती.

[बाई असतात तिथून लगबगीने 'मी' कडे येतात. हर्षभरित दिसतात.]

बाई : (हर्षभरित) मास्तर, सापडलं! आज पहाटे सापडलं! या खेपेला मात्र अगदी बरोब्बर सापडलं! चूक असणंच शक्य नाही ते! केवढा दिव्य अनुभव! गाढ झोपेत होते. केव्हां तरी अर्धवट जाग आली तर असे... गालावरून... एखादं मोरपीस फिरावं ना तसे... ओठ फिरत होते. मध्येच हलकासा खरखरीत स्पर्श... की पुन्हा मोरपीस.... माझ्या ओळखीचा स्पर्श... स्वारीला दाढी होती ना! छत्रपतींसारखी! अशी अंग अंग शहारत... डोळे मिटून... मी ते ओळखीचं सुख अनुभवीत होते. आधी गालावरून... मग मानेवरून... खाली खाली... पुन्हा वरून सुरू. मी अंग अंग शहारत होते. रक्तात जशी वीज खेळत होती. किती वर्षांनी! किती काळ ज्याची वाट पाहिली होती मी, तो स्पर्श! मग असा इथे (छातीकडे निर्देश) इथे हात ठेवणं झालं. मी थरारले. कोण जाणे, डोळे उघडले तर ते स्वर्गसुख संपेल अशी भीती वाटून मिटल्या डोळ्यांनी सुखाचे सुस्कारे टाकत राहिले. वाटत होतं संपूच नये... आणखी... आणखी... अंतर्बाह्य सुखानं भरले होते मी... मध्येच मनात शंका येत होती, हे स्वप्न तर नाही ना? ('मी'ला धरलेले) एकीकडे सुख आवरत नव्हतं. (धापा घालताहेत) आणि थोड्या वेळानं त्या समाधीतून कशीबशी जागी होऊन पहाते, तर कोण होतं?

मी : (डोळे झाकून धपापतो आहे) कोण...?

बाई : अहो लक्ष्मण! एक कान असा वाकडा करून गुलाम कसा माझ्याकडे बघत होता! आधी असा राग आला! पण मग लक्षात आलं. म्हणाले, असं गाफील गाठून छळणं शोभतं का? त्यापेक्षा सरळ ओळख द्यायची! आता तुम्ही मला सापडला आहात! मास्तर, अहो तेच ते. लक्ष्मण झाले आहेत! कसे अचूक गवसले! (अजून 'मी'ला धरलेले आहे याची जाणीव झाल्यासारख्या हात मागे घेत) आता मी त्यांची हवी तशी सेवा करीन. स्वारीला त्यांच्या आवडीचं मनसोक्त खाऊ घालीन.

तुम्हाला आहे का ठाऊक? कच्च्या कैऱ्यांचं लोणचं भारी आवडायचं. आजच कैऱ्या आणवून ते घालते. माझ्या हातचं वांग्याचं भरीत असे आवडीनं खायचे! म्हणायचे तुझ्या हातच्या वांग्याच्या भरिताची सर जगात कशाला नाही. माझ्याकडून अंघुळ घालून घ्यायला भारी आवडायचं स्वारीला. आता मी रोज त्यांना अंघुळ घालीन. त्यांचं अंग पुशीन. मला अंग पुसायला सांगण्यात स्वारीचा काय डाव असायचा माहीत आहे ना? मला पकडून मिठीत... (पुढले बोलता येऊ नये अशा महिरतात.) माझी मान... बघा ना...कशी आहे? स्वारीला फार आवडायची. दोन पंजात धरून म्हणायचे, केळीच्या गाभ्यासारखी आहे... आवळून खून करावासा वाटतो... म्हणजे खरं नव्हे काही. प्रेमानं म्हणायचे. आता मी त्यांना ही मान मनसोक्त गोंजारू देईन. त्यांचा हक्कच आहे तो नाहीतरी. या देहावर त्यांचाच हक्क नाही का? आता-आता मी त्यांना सोडणारच नाही... सोडणारच नाही....

(असे म्हणत मागे जाऊन पाठमोऱ्या फ्रीज होतात.)

मी : (मुठी आपटीत) गॉड... ओह गॉड... (स्वत:ला शर्थीने सावरीत) त्रस्त समंधा, शांत हो! शांत हो! उच्च पातळीवर चल! मन:शांतीसाठी कबीर... कबीराकडे वळ... नैतिक.... काय ते... उत्थान... ते विसरू नकोस... आत्म्याशी परमात्म्याची सिद्धी... परमात्म्याची आत्म्याशी... योगसिद्धीच्या योगाचा प्रयोग... रामरामजयजयराम... श्रीराम जय राम जय जय राम... जय राम जय राम...

['मी'चे असे सावरणे चालू असता साउंड ट्रॅकवर एक चीप फिल्मी बॅकग्राउंड इफेक्ट सुरू होतो.

मागील पडद्यावर भगव्या अक्षरातला साग्रसंगीत जप दिसू लागला आहे : ।। श्रीराम जय राम जय जय राम ।।]

घोडके : (प्रेक्षकांना) इथवर सगळं येऊन ठेपलं. म्हंजे असंच पुढे आता चालू शकतच नव्हतं. मग काय झालं? ते यानंतर पंधरा

मिनिटांनी दिसेल. पंधरा मिनिटांनी परत इथंच... (प्रेक्षकांना नमस्कार करतो.)

['मी' मागे जाऊन पाठमोरा फ्रीज होऊन उभा.

घोडके प्रेक्षकांना सामोरा.

बाई आधीच मागे 'मी'पासून लांब पाठमोऱ्या फ्रीज होऊन उभ्या आहेत.

मागल्या पडद्यावर आधीचीच भगवी अक्षरे : श्रीराम जय राम... इत्यादी

रंगमंचावरचा प्रकाश जातो.

प्रेक्षागृहातले दिवे लागतात.

रंगमंचावर 'मी', घोडके, बाई आता नाहीत.

मागील पडद्यावरची भगवी अक्षरे धूसर दिसताहेत.

साउंड ट्रॅकवर कसले तरी कर्कश फिल्मी संगीत चालू होते.

दर्शनी पडदा पाडू नये.]

[अंक पहिला समाप्त.]

अंक दुसरा

[मागील पडद्यावर आधीपासून बाईची पांढऱ्या नऊवारी लुगड्यातली पाठमोरी पोज दिसू लागलेली आहे. घोडके आणि 'मी' येऊन रंगमंचावर आपापल्या जागा घेतात.
घोडके मागे पाठमोरा उभा.
समोर 'मी' गंभीर, जरा जास्तच गंभीर चेहऱ्याने प्रेक्षकांना सामोरा बसलेला. गळ्यात हसरा मुखवटा.]

मी : (प्रकाशझोत अंगावर येताच प्रेक्षकांना) अखेर मी आजारी झालो. प्रथम प्रथम नुसतंच अशक्त वाटत असे. मग अंगात रात्रीची कणकण जाणवू लागली. डॉक्टरकडे जाणं काही दिवस टाळलं. पण पुढे अगदीच मरतमढ्यासारखं दिवसभर वाटू लागलं. काम होई ना, जिवाचं बरं वाईट करण्याचे विचार टाळक्यात फिरू लागले तेव्हां मात्र घाबरलो. घोडकेला बोलवून मी विचारलं.

[घोडके वळून पुढे आलेला. आता तो 'मी'पुढे.]

मी : गावात कोण बरा डॉक्टर आहे?

घोडके : डाक्टर म्हणता सरकार. त्यातल्या त्यात बरा तो सरकारी दवाखान्यातला उकिडवे डाक्टर आहे. पण त्याचं सुद्धा लक्ष इथल्या राजकारणातच जास्ती. उरल्या वेळात डाक्टरकी करतो. तब्बेत बरी नाही दिसते.

मी : हो. (उसासतो) कुणाला तरी एकदा व्यवस्थित दाखवावी म्हणतो.

घोडके : दाखवावी की. आधीचे सरकार असेच आजारले होते.

मी : (चमकून) असेच आजारले होते...?

घोडके : हो. तुमच्याच वयाचे होते की. आले तेव्हा चांगला गडी धडधाकट होता. आम्ब्युलन्स घेऊन मेव्हणे आले होते परत न्यायला.

मी : काय झालं... त्यांना?

घोडके : काय होणार? अन्नावरची वासणाच गेली. झोप उडाली. बारीक ताप येऊ लागला. घोडकेचं ऐकाल सरकार? ऐकणार तर सांगतो.

मी : काय?

घोडके : तुम्ही परत जा. ती आम्ब्युलन्स बिंब्युलन्स आणण्याची पाळी नका आणू. कंपणीला कळवून टाका.

मी : नाही. परत बिरत जाण्याचा विचार नाही माझा.

घोडके : वाटलंच होतं घोडकेला.

मी : सकाळी कितीला येतो डॉक्टर दवाखान्यात?

घोडके : नेम नाही त्याचा. कधी पेशंट दुपारपर्यंत वाट पहात बसतात आणि डाक्टर येत पण नाही.

मी : संध्याकाळी?

घोडके : येतो पण गावात असायला पाहिजे. गावात नसला तर कसा येणार? बऱ्याचदा जिल्ह्याच्या ठिकाणी गेलेला असतो. या भागातली लीडर मंडळी तिकडे असतात ना.

मी : सरकारी डॉक्टरचा लीडर मंडळीशी काय संबंध?

घोडके : सरकार. त्यांना सांभाळलं नाही तर डाक्टर नोकरीत राहील कसा? त्यांचं, त्यांच्या माणसांचं दुखलंखुपलं कोण बघणार? सरकारी डाक्टरला ते आधी बघायला लागतं. दवाखान्यातले पेशंट मग.

मी : (वैतागत) गाव आहे की थट्टा?

घोडके : हे असंच असतं इथं. मग, आज मार्केटवर येणं होणार...

नसेलच...?

मी : (जोराने) होणार.

घोडके : आणि शिकवणी...?

मी : (नव्याने खवळत) समजतो, समजतो मला घोडके, असल्या प्रश्नांमागचा अर्थ. तो न समजण्याइतका मी बुद्धू नाही. गावात सगळे बोलतात ते ऐकून आहे मी.

घोडके : गावाचं सांगूच नका. फार वाईट आदती पडल्यात इथल्या लोकांना.

मी : तुम्ही कारण आहात गावात बोललं जातं त्याला.

घोडके : मी?

मी : तुम्ही पसरवता सगळं गावभर. कंपनीचा पगार घेऊन हे उद्योग करता.

घोडके : सरकार! आपला राजीनामा घ्या. घेऊन टाका. असले आरोप घेण्यापरीस घोडके पोटात काटे भरील! आईची शपथ घेतो, आपण कुठं बोललो नाही. उलट कुणी विचारलं तर सावरून घेतो. घोडकेचा तसला सोभाव नाही सरकार, घोडकेच्या कान चावण्याचा पुरावा असला तर सांगा. तोंडावर खरं खोटं करू. आहे पुरावा?

मी : (जरा थंडावत) नाही. पण घोडके, खरी परिस्थिती काय आहे?

घोडके : कशाबध्धल?

मी : आणखी कशाबद्दल. मार्केटात काय बोलतात दुकानदार?

घोडके : सरकार, बोललो तर दुकानदारांच्या बध्धल सरकारांचे कान चावणं झालं. ती आपली नीती नव्हे.

मी : कान चावण्याचा प्रश्न नाही. कंपनीचा इथला प्रतिनिधी म्हणून मला सर्व कळायला हवं.

घोडके : तुमच्याबध्धल?

मी : माझ्याबद्दलचं सोडा.

घोडके : मग...?

मी : त्या घराबद्दल. बाईंबद्दल.

घोडके : (वेळ घेऊन) करू नये ते घोडकेला करायला सांगताय तुम्ही सरकार...

मी : सांगितलंच पाहिजे तुम्ही. खरं— खरं काय आहे?

घोडके : (इंटरेस्टने) सरकार, तुमचा अंदाज?

मी : मला अजून वाटतं की सर्व खोटं आहे. पण माझाच अनुभव खोटा कसा समजायचा? तुम्हाला कल्पना नाही घोडके, गेले काही दिवस मी काय सहन करतो आहे. एकेकदा वाटतं की—

घोडके : काय वाटतं?

मी : तुम्ही-तुम्ही मला तिथे नेऊन सोडलंत घोडके.

घोडके : भलतंच, सरकार. सरकार आपल्या पायानं तिकडे गेले. घोडकेनं फक्त वाट दाखवली.

मी : तुम्ही मला त्यासाठी तयार केलंत.

घोडके : घोडकेनं सांगितलं, लाजच्या या खिडकीतून खाली उडी घ्या, सरकार घेतील? शेवटी तुमच्यावर तर सगळं होतं. घोडके थोडाच तुमच्याबरोबर तिथं होता? आणिक पहिल्यांदा घोडकेनं सुचवलं, पण दुसऱ्यांदा तर तुम्हीच तुमच्या पायानं गेला. मग तुम्हीच जात होता. घोडके निमित्तमात्र, सरकार.

मी : अजून एकेकदा सगळं खोटं वाटतं. एक भयंकर विलक्षण स्वप्न. काय खरं? काय खोटं? की सगळा माझ्या मनाचा खेळ चालला आहे? ही बाई आहे तरी कशी? खरं काय आहे? एकेकदा आपण बुद्धूच आहोत असं वाटतं. नालायक आहोत असं वाटतं—

घोडके : आजच उकिडव्याला तब्बेत दाखवा सरकार. मी मार्केटवर जाताना डाक्टर असला तर त्याची वेळ घेऊनच टाकतो.

मी : (उसासून) हूं...

घोडके : (जरा वाट पाहून) मग निघू मी सरकार? मार्केटवर जाण्याची वेळ झाली.

[मागे जातो. पाठमोरा फ्रीज होतो.]

मी : (प्रेक्षकांना) उकिडवे नावाच्या दिसायला गुरांच्या पण पदवीने माणसांच्या डॉक्टरचे डोस आणि पुड्या घेऊ लागलो. पण एखाद्या माणसाला कायम च्यूतियासारखं वाटत असलं तर त्यावर कोणत्या डॉक्टरकडे इलाज असणार? डोस ओतून टाकले. पुड्या रस्त्यावर फेकून दिल्या.

[मागील बाजूला बाई मूडी पोजमध्ये फ्रीज होऊन बसलेल्या. 'मी' त्यांच्या दिशेने खेचल्यासारखा जाऊन उभा. भारला चेहरा. अंगाला किंचित् कंप.]

मी : (ऊन ऊन आवाजात) काय होतंय...?

[बाई मूडीच.]

मी : (घसा खाकरून) मी विचारतो, काय होतंय?

[बाई मूडीच. 'मी' कडे दुर्लक्ष]

मी : अं? (बाईंना स्पर्श करण्यासाठी हात लांबवतो. धीर न होऊन मागे घेतो.)

[मागल्या पडद्यावर आता नऊवारीतल्या बाईंची रंगमंचावरची पोज बोल्ड आउटलाइनमध्ये दिसू लागली आहे. बाईंचा 'फॉर्म' तिच्यात जाणवतो आहे. मग ती पोज जाऊन एक विलक्षण सेन्सुअस स्लाइड प्रत्यक्षपणे स्त्रीची नव्हे तर आणखी कसली तरी, सूचक, येते.

त्यानंतर जगप्रसिद्ध नग्न पुतळ्याचे चित्र दिसते.

नंतर एकदम स्त्रीचा उघडा खांदा आणि त्यावर पुरुषी केसाळ हात असे चित्र]

रेकॉर्डेड शब्द : (ऊन ऊन पुरुषी स्वर) मला समजतंय तुला काय होतंय ते. मलाही तेच होतंय. दोघांचं एकच आहे दुखणं. आता किती शिवाशिवी खेळशील? बस्स झाला आता हा जीव कासावीस करणारा खेळ. अती झाला. आता मी तो संपवतो— चल ये—

[पडद्यावरचे चित्र यासरशी अदृश्य.

[रंगमंचावर 'मी' आणि बाई आधी होते तसे दिसतात.
[अंतर ठेवून.
कसाबसा 'मी' हात लांबवून बाईंना हलका स्पर्श करतो.]

बाई : (चटका बसावा तशा) स्पर्श नका करू मला.
['मी' आणखी दूर.]

बाई : तुमचीसुद्धा मला किळस येते.

रेकॉर्डेड शब्द : ('मी'चा आवाज) नीटसा स्पर्शसुद्धा न करताच?

बाई : मला सकाळपासून सगळ्या पुरुष जातीचीच किळस येते आहे. पित्ताची मात्रा घेतली तरी किळस जात नाही. मरण येईल तर बरं असं झालंय.

मी : (भीत भीत) इतकं झालं तरी काय.

बाई : फार झालं. माणसाला शेवटी काही मूल्यं, संस्कृती असावी की नाही?

मी : (अशक्त सूर) असावी.

बाई : माणूस आणि कुत्रा यात फरक काय?

मी : फरक आहे. पुष्कळच आहे.

बाई : पण ते यांना कोण सांगणार?

मी : यांना?

बाई : पुनर्जन्म घेतल्यापासून पार बिघडले आहेत ते. नुसते बिघडले नाहीत, वाया गेले. आज दुपारी जरा डोळा लागला म्हणून बिछान्यात एकटीच लोळले होते. मनात चालले होते आध्यात्मिक विचार. सहज म्हणून खिडकीतून पाहिलं. अग आई ग! देवा, माझे डोळे का फुटले नाहीत त्याआधीच? काय पाहिलं असेल मी?

मी : काय?

बाई : हे.. एका... कुत्रीशी...

मी : (थ्रिल्ड) काय? काय करीत होते?

बाई : शोभलं हे यांना? शोभलं? शरम कशी नाही वाटली? काय ही संस्कृती माझ्या सहवासात शिकले हे? किती चांगले,

किती उदात्त संस्कार केले होते मी त्यांच्यावर! आणि आज मी हे काय पहाते! शरमेने काळी ठिक्कर पडले मी. कारभाऱ्यांना सांगितलंय मी. आजपासून हे घर त्यांना बंद.

[साउंड ट्रॅकवर गाँग वाजते.]

फिरू दे हुंगत उकिरडे आणि गटारं. जगू दे घाण खाऊन. भरू दे लूत. कळू दे भ्रष्टाचाराचं प्रायश्चित्त काय असतं ते. पूर्वपुण्याईनं अशी माझ्यासारखी चांगली सहधर्मचारिणी लाभली. पुनर्जन्म घेतल्यांनी तरी अंतर नाही दिलं. तेच नातं मानून सेवा करीत राहिले. सकाळी निरसं दूध आणि बिस्किटं, दुपारी ताजं मटन आणि भाकरी, रात्री दुपारच्या मटनाचा रस्सा आणि ताजा भात, पुन्हा रोज आंघोळ— आणलं तेव्हा गोचिडीसुद्धा काढल्या अंगावरच्या— घाणीनं भरले होते नुसते— या हातांनी न्हाऊ माखू घालून स्वच्छ केलं, माझ्या बिछान्यात झोपू दिलं— त्याचं हे प्रायश्चित्त? हे? सगळ्या पुरुषांचीच घृणा— घृणा वाटते आहे दुपारपासून मला.

[साउंड ट्रॅकवर तंबोऱ्याच्या सर्व तारा एकदम छेडल्याचा इफेक्ट.]

बाई : जा मास्तर, तुम्ही जा इथून. मला एकटीलाच गीतापठण करीत राहू दे. त्यानंच यानंतर कदाचित् माझ्या मनाला अंमळ शांत वाटलं तर वाटेल.

मी : (घसा खाकरत, कसाबसा) त्यांच्यातर्फे— हवी तर— क्षमा मागतो मी— तुमची.

बाई : (उद्विग्न हसून) काय उपयोग. व्हायचं ते झालंच.

मी : वाटलं तर मीच गीतेचं पठण...

बाई : तुम्ही पुरुष आहात.

मी : पण गीता तर पुरुष नाही.

बाई : खरंच. गीता तरी माझ्या मनाला काय शांत करू शकणार? मास्तर, गीता एका पुरुषानंच दुसऱ्या पुरुषाला सांगितली होती.

मी : तरी पण—

बाई : नाही मास्तर, पुरुषाचा जराही संसर्ग मला आज नकोय. जा—

जा तुम्ही— जा—

[मागे जात पाठमोऱ्या होऊन फ्रीज होतात. 'मी' पुढे येतो.]

मी : केलं कुणी आणि त्याचं प्रायश्चित्त कुणाला!

[बाई एकदम वळून 'मी'कडे लगबगीने येतात. अगदी निराळा मूड.]

बाई : मास्तर, माझं चुकलं. रात्रभर झोप नव्हती. बिछान्यात एकटी तळमळत होते. वाटत होतं, कधी सकाळ होते.

मी : हो? अरे वा.

बाई : मला क्षमा करतील का हो ते?

मी : अं...?

बाई : त्यांची शतश: अपराधी आहे हो मी. मीच खुळी. बेअक्कल. वडाची साल पिंपळाला तसं केलं. त्यांचा मुळी कसला गुन्हा नव्हताच. कारण ते मुळी कुत्रा झालेच नव्हते.

[साउंड ट्रॅकवर गाँग.]

बाई : हो ना. अहो, दृष्टांत झाला मला रात्री. एक जटाधारी वृद्ध स्वप्नात आला माझ्या. काय त्याचं तेज! काय शरीर! असं शरीर पाहिलंच नाही मी कधी. शरीर तरुण आणि चेहरा वृद्ध. डोळे विलक्षण प्रखर. पहावत नव्हतं त्याच्याकडे. म्हणाला, मुली —मुली म्हणाला मला— मायेमागे काय लागतेस? सत्य तर तिसरंच आहे. तो बघ —आणि त्यानं मंत्र घालताच कोण दिसलं असेल?

मी : (क्षीण आवाज) कोण...?

बाई : (लाजून) इश्श्य! आणखी कोण?

मी : (उतावीळ) मी..?

बाई : एक पांढरा शुभ्र घोडा. स्फटिकासारख्या पांढऱ्या अंगाचा. कुठे एवढासुद्धा डाग नाही. टापांपर्यंत पुष्ट आणि शुभ्र. शुभ्र लोंबती आयाळ. शुभ्र शेपटी. काळेभोर डोळे. टापांनी सारखा माती उकरणारा. फुरफुरता. आणि मी जागी झाले. (रोमांचत) दृष्टान्ताचा अर्थ उलगडला आणि किती हलकं वाटलं, मास्तर. तुम्हांला

उलगडला अर्थ?

मी   : नाही...

बाई   : एवढा साधा अर्थ नाही उलगडत तुम्हांला?

['मी' अंग चोरतो.]

बाई   : अहो हे मुळी कुत्रा झालेच नव्हते! हे...

मी   : (आधारासाठी बसत) घोडा... झाले.

बाई   : कसं मला आधी कळलं नाही? घरात ती कुतरडी कशाला
पोसली मी? सर्वांना हाकलून काढलं घरातून. कशी केकाटत
होती!

मी   : बिचारी.

बाई   : साक्षात्कारानंतर कसं शांत शांत वाटतं आहे बघा. आता की
नाही मी...

मी   : घोडे पाळणार आहा.

[बाई पाठ वळवून फ्रीज झालेल्या. 'मी' पुढे येतो.]

मी   : (प्रेक्षकांना) मनात पक्कं बसलं की, या बाईला आपण गाढवासारखे
पवित्र, उदात्त आणि उच्च वगैरे समजलो पण ही तर साधी,
सरळ आणि शुद्ध मॅड आहे मॅड. उगीच नाही पोरगी अर्धवट
जन्मली. आणि हे आपल्याला आधीच का नाही उमगलं? हा
साक्षात्कार आधीच कसा झाला नाही? काय तर म्हणे, नवरा
कुत्र्याच्या जन्माला आला आहे. मग काय तर म्हणे तो कुत्र्याच्या
नव्हे तर घोड्याच्या जन्माला आला आहे! मीच त्या रात्री मला
पदवी देऊन घेतली. च्यूतियानंदन. स्वत:ला खदखदा हसत
होतो. च्यायला हिनं आपण इतके भारावलो? हिच्यासमोर
शेपटी घालण्याइतके? ही कसली आपल्याला खेळवणार?
आपणच येडचापसारखे खेळत होतो, झालं. सर्व कसं स्वच्छ
कळून चुकलं. द ग्रेट सेल्समन व्हायला निघालेला मी, सी.एन.सी.
फॉर च्यूतिया, एन फॉर नंदन.

[मागल्या पडद्यावर एक शुभ्र घोडा, मुक्त धावणारा.]

घोडके : (वळून पुढे येत) काय सरकार, उकिडव्याच्या औषधाचा गुण दिसतोय.

मी : बघायचाय? त्या तिकडे बाहेर बघा... खिडकीबाहेर... खाली... रस्त्यावर...

घोडके : काय?

मी : उकिडव्याच्या औषधाचा गुण. तिथं ओतलं मी ते.

घोडके : अरे, अरे!

मी : का? तुम्हांला हवं होतं?

घोडके : आपल्या तब्येतीला काय धाड भरलेय.

मी : माझ्याही तब्येतीला धाड भरलेली नाही, घोडके. मी अगदी ठणठणीत आहे.

घोडके : कणकण... वीकनेसपणा...

मी : गॉन. हॉर्स पॉवर संचारली आहे अंगात.

घोडके : असलं औषध तरी कुठलं घेतलं?

मी : सी. एन. कंपनीचं नो दायसेल्फ.

घोडके : भारी दिसतं.

मी : भारी? भलतंच भारी. आता पहाच गंमत तुम्ही.

घोडके : गंमत?

मी : येस. गंमत. हॉर्स पॉवर!

घोडके : चमत्कारच झाला म्हणा ना तुमच्यात, सरकार.

मी : दिसतो ना झालेला? तरी अजून काय पाहिलंय तुम्ही? बघाल, बघाल.

[घोडकेची पाठ. तो फ्रीज होतो.]

मी : (प्रेक्षकांना) योजनापूर्वक एक बेत आपण आपल्या जवळच्या असल्या नसल्या अक्कलहुशारीने आता रचू लागलो. दत्ताजी शिंदा दुआबात लढता-लढता पडला तेव्हा डरकाळला होता, बचेंगे तो और भी लढेंगे. मी मनातल्या मनात डरकाळत होतो, बचा तो हूं अल्लामिया के रहम से, अब लढूंगाच! साला ऐसा लढूंगा, ऐसा लढूंगा के... जाऊ द्या. त्या रात्री

झोपलो नाही. दुसऱ्या दिवशी दाढी, अंघोळ, प्रातर्विधी, जेवण, मार्केटची फेरी, सर्व करताना डोकं एकाच गोष्टीवर चालत होतं, ऑपरेशन हॉर्स पॉवर. एकेका बारीकसारीक तपशिलाने एक मनसुबा रचला जात होता. सर्व अक्कल एकवटून किल्ल्यावर रात्रीच्या अंधारात हल्ला बोल! इस वक्त किल्ला सर ही करके रहेंगे. छोडेंगे नही. बस्स!

[रंगमंचावर हे चालू असता मागील पडद्यावर इतिहासातील कोणत्याही धुवांधार लढायांची दृश्ये. यात शत्रूच्या स्त्रिया नग्न करून पळवणाऱ्या सैन्याच्या पाश्चात्त्य ऐतिहासिक पेंटिंगची प्रतिकृतीही दिसते. या पेंटिंगमधील काही भागांचे क्लोज शॉट्स. पार्श्वभागी फिल्मी लढायांचे दरोबस्त म्युझिक.]

मी : तर अशा प्रकारे मी, सी एन कंसात बॉम, यांनी शत्रूच्या तंबूत हिकमतीने एक दिवशी रात्रीसाठी प्रवेश मिळवला.

[पाठमोऱ्या बाई वळून पुढे येऊन एक ग्रंथ घेऊन प्रेक्षकांना सामोऱ्या बसलेल्या. 'मी' त्यांच्या पायाशी जाऊन बसलेला.]

बाई : (थोडे वाचून दाखवल्यावर) कसं वाटलं?

मी : अतिसुंदर.

बाई : हे तर काहीच नाही. (आणखी वाचतात.)

मी : खरोखर कमाल आहे. कल्पना नव्हती असं काही कुणी तरी लिहून ठेवलं असेल याची.

बाई : असं काय करता? हे मीच तर लिहिलं आहे—

मी : म्हणजे तर आश्चर्याने अवाक् होण्याचीच पाळी. काय प्रतिभाशक्ती! काय विद्वत्ता! वा! वा. आणखी वाचा ना.

[बाईंचे वाचनाचे माइम. पार्श्वभागी टेपरेकॉर्डरवर डबल स्पीडने रेकॉर्डिंग करावे तसे बाईंचे वाचन आता ऐकू येत रहाते. मागील पडद्यावर मुक्त धावणारा पांढरा शुभ्र घोडा.]

मी : (बाईंच्या वाचनाच्या माइमच्या मध्ये-मध्ये) एकदम टॉप. हे तर फर्स्ट रेट. सिम्प्ली किलिंग. मास्टर्ली. अमृताच्या चुळा टाकीत का बाई तुमची रसवंती अवतरते? छे. बेहोष व्हायला

होतं. देहभान हरपणं यालाच म्हणत असतील का? केवळ स्वर्गीय. वाचा, वाचा ना आणखी. पुढे वाचा. वाचत राहा. थांबू नका. अजून वाचा... वाचा... वाचा...

बाई : (पुस्तक मिटून) संपलं.

मी : काय? संपलं? इतक्या लवकर? मग ते आधीचं पुन्हा वाचा. पहिल्यापासून वाचा. किती वेळा ऐकलं तरी समाधान नाही होत. अवीट आहे गोडी. (आठवण झाल्यासारखा घड्याळ पहातो.) बाप रे! फारच वाजले की. साडेबारा. वेळ कसा गेला कळलंच नाही. (चुकचुकतो)... वेळेचं भान गेलं. साडेबारा म्हणजे आता लॉजवर जाण्यात अर्थ नाही. दरवाजा बंद झालेला असणार आणि हवेत थंडी म्हणजे बाबू सरकार दारू ढोसून डाराडूर झोपलेला असेल. दार उघडणार नाही. (जांभई देऊन) चला. लॉजवर जाऊ या. (जागचा न उठता बाई काहीतरी बोलेल म्हणून वाट पहातो. मग) पण दार उघडलं नाही तर झोपणार कुठे? रात्र कुठे काढणार? प्रश्नच आला. ऐकण्याच्या भरात घड्याळाकडे लक्ष गेलं नाही. (पुन्हा बाई काही म्हणेल म्हणून पहातो पण त्या काहीच म्हणत नाहीत.) झोप पण भारी लोटलीय. डोळे उघडे ठेवणं कठीण झालं. (नवी जांभई.) छ्या! आवरत नाही. काय करणार, गेले काही दिवस तब्येत पण बरी नाही.

बाई : काही होतंय?

मी : काय होत नाही विचारा. कणकण... अशक्तपणा... खोकला... एकेकदा तो फारच. रक्तसुद्धा पडलं एकदा... थुंकीतून... रात्री खोकून-खोकून फुफ्फुसं बाहेर येतील असं वाटतं.

बाई : खोकला कुठं ऐकला नाही.

मी : हो, तुमच्या वाचनाच्या रंगात खोकायलाच विसरत होतो. पण रात्री नक्कीच खोकला चाळवणार. त्यात लॉजवर डास, ढेकूण, घुशीसुद्धा. मांजराएवढ्या मोठ्या. अंधारात अंगावरून धावतात. उकाडा तर विचारू नका. (चुटक्या वाजवीत) लॉजवर गेलंच

पाहिजे असं काय आहे म्हणा. कुणी वाट पहाणार नाही.
जाऊन दरवाजा ठोठावीत राहायचं. बाबू सरकार टेर, दारू
पिऊन. त्याची झोप म्हणजे काळझोप. उठता उठत नाही.
(नवी जांभई.) चला. लॉजवर जायलाच हवं. (हे बसूनच.)
तुम्हाला काय वाटतं?

बाई : कशाबद्दल?

मी : लॉजवर जाण्याची गरज तुम्हाला वाटते? म्हणजे मी जाण्याची.
अशा अपरात्री?

बाई : हो. मला तरी परक्या ठिकाणी रात्री झोप येत नाही.

मी : माझं तसं नाही. मी प्रवासात रेल्वेच्या डब्यातसुद्धा डाराडूर
झोपतो.

बाई : तरी पण जनरीत आहे ना. ती कुणाला चुकली आहे? त्यातून
हे गाव लहान. इथे बातम्या बघता बघता पसरतात.

मी : नाही, त्याला मी भीत नाही.

बाई : भिण्याचा प्रश्न नाही. जाणूनबुजून अंगावर चिखल उडवण्याची
संधी कुणाला द्याच कशाला? असं मला वाटतं.

मी : मी तुमच्या जागी असतो तर कुणाला अशा अवेळी घरातून
जाऊ दिलं नसतं.

बाई : मी तुमच्या जागी असते तर मी होऊन गेले असते.

मी : (पेचात. मग आळस देत) जाऊ दे झालं. मतं काय, कितीही
प्रकारची असू शकतात. मी रहातोच.

बाई : खरं तर मघाच तुम्ही निघायला हवं होतं.

मी : झालं ते झालं. माणसाने नेहमी भविष्याकडे बघावं. मला गादी
वगैरेची गरज नाही. हा इथेच झोपून टाकेन. सकाळी मी
लवकर उठतो. हवेत थंडी आहे. मला एक शाल द्या म्हणजे
झालं. आणि मोठीशी उशी. लोडसुद्धा फार मोठा नसला तर
चालेल.

बाई : मला हे प्रशस्त वाटत नाही.

मी : तुम्ही उगीच या गोष्टींना महत्त्व देता. या गोष्टी रोज घडत

असतात आणि त्या घडण्याची वाट थोडंच कुणी पहातं?
म्हणजे समजा, मी इथं आज रात्री राहिलो नाही. तरी बोलणारे
बोलणारच. नव्हे, ते बोलायलाही लागले आहेत. म्हणजे,
असतील. बोलायला लागले असतील. बोलायला लागले
असतील.

बाई : काय बोलतात लोक?

मी : मला कुठं माहीत आहे? मी लोकांकडे लक्ष देत नाही आणि
दिलं समजा. तरी लोकांचं तोंड कोण धरणार? म्हणून आपण
आपल्याला करायचं ते करावं, लोक बोलायचं ते बोलतील.
एक गरम पांघरूणही लागेल, वाटतंय.

बाई : नाही, मला सांगा लोक काय बोलतात?

मी : तुमच्या कानी असेलच. सगळं नाही तरी थोडं फार.

बाई : माझ्या कानी कशाला असेल? या घराबाहेर देवाला जाण्यापलीकडे
मी गेल्या बारा वर्षांत कुठे गेले नाही.

मी : (चुटक्या वाजवीत) चला, रात्र फार झाली. सकाळी लवकर
उठायचं आहे...

बाई : लोक काय बोलतात पण? माझं वागणं स्वच्छ आहे. कुणी
बोट ठेवावं असं त्यात काही नाहीच आहे. हे गेले. तरी नेकीने
जगले आहे मी. बाईमाणूस असून. सांगा ना, लोक काय
बोलतात माझ्याबद्दल?

मी : जाऊ द्या हो. लोक बोलतात तर बोलेनात. कर नाही तर डर
कशाची? आपण मनाला लावून घ्यायचं नाही.

बाई : तसं नाही. लोकांनी बोलण्यासारखं माझ्यात आहेच काय?
बोलावं का त्यांनी?

मी : तेवढं ते पांघरूण... आणि उशी... इथंच आडवा होईन म्हणतो.

बाई : लोकांनी माझ्याविषयी बोलण्यासारखं माझ्या आयुष्यात काही
नाही, मी सांगते.

मी : नसेल. पाणी, तांब्याभर... रात्री तहान लागण्याची सवय आहे
मला. कधी भूक देखील लागते.

बाई : तुमच्या कानावर काही आलं?

मी : पाणी हवं होतं.

[बाई जाऊन पाण्याचा तांब्या, पांघरूण, उशी आणून देतात.]

मी : (सर्व घेऊन) बरं तर...

बाई : हो. झोपा तुम्ही. मी जाते. फार अस्वस्थ वाटतंय. कुणाकडे जाणं नाही, येणं नाही आणि तरी माझ्याविषयी...

मी : बोलणारांना विषय हवा असतो. मग तो कुठला हा प्रश्न नाही. पण तुम्ही झोपा.

बाई : स्वाभिमानानं जगलेय मी. मी काय सोसलं, मलाच ठाऊक. (डोळ्यांना पदर.) नाही, त्रास होतो किती झालं तरी.

मी : होतो ना. (एकदम बाईंचा हात धरतो.) मी कमी करू का त्रास?

बाई : (दचकून हात बाजूला घेण्याचा प्रयत्न करीत) अं? हे काय! हे काय भलतंच.

मी : (हात धरून ठेवलेला) भावनावेगात रहावलं नाही.

बाई : हे बरं नव्हे. हे मुळीच बरं नव्हे. हे पाप आहे.

मी : पण नैसर्गिक का काय म्हणतात त्यातलं आहे.

बाई : म्हणजे काय?

मी : जे निसर्गक्रमानं घडतं ते नैसर्गिक.

बाई : गलिच्छ आहे हे. ओंगळ आहे. जनावरं आणि माणसं यात मग फरक काय राहिला?

मी : पायांच्या संख्येचा तर आहेच पण इतरही आहे. म्हणजे असावा. मी त्याबद्दल फारसा विचार केलेला नाही.

बाई : हात सोडा. माणसानं पवित्र विचार मनात आणले पाहिजेत.

मी : आणावेत की. पण अखेर शरीर आहेच.

बाई : (हात सोडवून घेत) सोडा, मास्तर. जाऊ दे मला. तुम्ही माझ्या अस्वस्थतेत भर घातली आहे. आता रात्री झोपेचं नाव नको. तरी म्हणत होते, गेला असतात तर बरं झालं असतं.

मी : मला उलट वाटतं आहे.

[बाई हात सोडवून घेऊन मागे जातात, पाठमोऱ्या फ्रीज होतात.]

मी : (प्रेक्षकांना) तो अनुभव भलताच उत्तेजक होता. न चाचरता धीटपणे एखाद्या बऱ्या बाईचा हात धरणं म्हणजे काय असतं, ते कळलं. सर्व अंग झिणझिणत होतं. रक्ताची खरी चव रक्ताला समजली होती. विलक्षण आत्मविश्वास संचारला होता माझ्यात. जणू एक धिप्पाड वाघ दीर्घ झोपेतून उठून गुरगुरू लागला होता.

[मागील पडद्यावर वाघाची उग्र छबी.]

मी : (पाठमोऱ्या बाईंकडे जात प्रेक्षकांना) बाई त्यांच्या शयनागार ऊर्फ बेडरूममध्ये जाऊन विसावल्या होत्या. (बाईंना उंच सुरात) सॉरी बाई. पण बाथरूम कुठे आहे बाथरूम? पाठ टेकण्याआधी एकदा विचारून घेतलं म्हणजे बरं.

बाई : (पाठमोऱ्या, बेडरूममधून बोलाव्या तशा काहीशा उंच सुरात) बाहेर पॅसेज ओलांडल्यावर उजव्या हाताला माझ्या खोलीवरून तसेच काही पावलं पुढे चला म्हणजे सापडेल. दिव्याचा स्विच तिथंच दाराशी आहे. काळोखात पडाल म्हणून सांगितलं.

['मी' सूचनाबरहुकूम सर्व केल्यासारखा बाथरूम करून येतो मूळ जागी.]

मी : (प्रेक्षकांना) बाथरूम शोधण्याच्या निमित्ताने बाई झोपते त्या भागाचा भूगोल पाहून घेतला. परत हॉलमध्ये आलो. पथारी घातली. आडवा झालो. बाई एकटीच तिच्या बेडरूममध्ये झोपलेली होती. याचा अर्थ तिची मुलगी वेगळ्या खोलीत. खोलीचा म्हणजे बाईच्या झोपण्याच्या खोलीचा दरवाजा नुसता लोटून घेतलेला आणि काहीसा किलकिला होता. आत बाई बेड लॅंपच्या अंधुक उजेडात बेडरूममध्ये कपडे बदलताना ओझरती दिसली असं वाटलं. पॅसेजमध्ये उजवीकडली पहिली खोली देवघराची. दुसरी कुणास ठाऊक कशाची. तिसरी बाईंची. त्या खोलीसमोर आणखी एक बंद दार म्हणजे खोली. अजून पलीकडे बाथरूम. सरळ आत

पलीकडे कोठी, स्वयंपाकघर वगैरे असणार. हॉलमधला दिवा मालवला. मालवताना सुरेश भटांच्या ओळी आठवल्या. मालवून टाक दीप... राजसा किती दिसात... लाभला मला न... झोप नव्हतीच. काळोखात पडून मनाशी दारांचा क्रम घोकत होतो. नंबर एक देवघर. नंबर दोन नॉट नोन. नंबर तीन बाई. नंबर चार, बाईंच्या खोलीसमोरची, बाद. त्यानंतर बाथरूम. बाथरूम अलीकडली तिसरी, उजवीकडची, ती बाईंची. टक्क जाग आली होती. शरीराचा कण न् कण खडबडून उठला होता. अंगातून गरम वाफा धावत होत्या. जवळपासच्या कुठल्या तरी घड्याळाची टिक् टिक् जणू कोणता तरी ऐतिहासिक क्षण जवळ येत असावा तशी नको तेवढी स्पष्ट ऐकू येत होती. मधूनच कुठल्या तरी पलंगाच्या स्प्रिंग्ज करकरत होत्या. हा पलंग बाईंचा असावा. तीही झोपत नव्हती. जागी होती. आजची रात्र वेगळी होती. विशेष होती. काहीतरी खास घडू घातलं होतं. जे घडावं असं इतके दिवस मनात होतं पण हिंमत होत नव्हती. मनातल्या मनात, कल्पनेत घडत आलं होतं. शरीराने एकतर्फी केलं होतं, ते आज रात्री प्रत्यक्ष घडणार होतं. थोड्याच अवकाशात. उद्याची सकाळ वेगळी उजाडणार होती. उद्याचा सूर्य एका नव्या मर्द माणसाला पहाणार होता. नामर्दपणाचे दिवस आता संपले होते. आजवरचा च्यूतियानंदन संपला होता. विलक्षण वाटत होतं. अंधारात कुठल्या तरी घड्याळाचे तासाचे ठोके मोजत वाट पहात पडून होतो. वाट कसली? तो क्रांतिकारक क्षण येण्याची. मीच तो आणणार होतो, पण पुरेशी तयारी होत नव्हती. सिगरेट पेटवून चार दीर्घ झुरके घ्यावेत अशी तलफ आली होती पण पेटवली नाही. खोली नंबर तीनमध्ये मध्येच दिवा लागला असं वाटलं. पॅसेजमध्ये उजेडाचा कवडसा मिनिट-दीड मिनिट आला. मग पुन्हा काळोख. मग पलंगाचा करकर आवाज. तिला झोप नव्हती. ती जागी होती. ती कूस बदलत होती. तळमळत होती. काही अंतरावर. ही पलीकडे. मी पोचू शकेन इतकी जवळ. नाममात्र बंद असलेल्या,

लोटलेल्या दाराआड. कदाचित् माझीच अपेक्षा करीत. एरवी ती
जागी का असावी? मीही जागा असणार, तळमळत असणार,
इथे हाकेच्याच अंतरावर, हे तिला ठाऊक असणार. दोन दारांच्या
पलीकडे. तिसरं दार. उजवा हात. दोन दारांच्या पलीकडचं उजवं
दार. तिसरी खोली. बाथरूमकडून पहिली डावी. मनाला दुसरा
विषय नव्हता. एक-एक क्षण कासवाच्या गतीने सरकत होता.
मध्येच तो सशासारखा उड्या घेई. पुन्हा कासव, घड्याळाच्या
टकटकीच्या तालावर इंच-इंच पुढे सरपटणारं. उठून बसलो.
आडवळलो. पुन्हा उठून बसलो. पुन्हा आडवळलो. उठावं का?
जावं का? आता वेळ कशाला? की अजून जरा...
[मागील पडद्यावर प्रचंड धबधबा. मग त्या जागी पावसाच्या
गढूळ पाण्याचे मोठे डबके आणि त्यात ओतणारा धुवाधार
पाऊस. हे जाऊन ज्वालामुखीचे पेटते मुख आणि कोसळणारा
उकळता लाव्हा.]
वेळ चालला होता आणि तरी काही घडत नव्हतं. धीर होत
नव्हता. तो क्षण आत फिरत होता पण येत नव्हता. शरीर
पेटलं होतं. मध्ये पुन्हा एकदा तिच्या खोलीतला दिवा पेटला.
पॅसेजमध्ये तिची पावलं वाजली. ती बाथरूमला जाऊन आली
असावी. फ्लशचा ओला फसफसता आवाज. तो संपून खोलीतला
दिवा पुन्हा विझला. पुन्हा तिच्या पलंगाची जीवघेणी करकर.
मूर्खा, ती एकटी बिछान्यात तळमळते आहे. तुझी अपेक्षा
करते आहे. आणि तू इथे पडून काय करतो आहेस? यासाठी
ती नको नको म्हणत असता इथे राहिलास काय? गाढवा, रात्र
वाया चालली आहे. ही संधी गमावलीस तर पुन्हा येणार
नाही. नामर्दा, आता तरी कृती कर. कृती कर. मी उठलो. मी
निघालो. मी चाललो. पण मनातल्या मनात. माझी मला लाज
वाटत होती. मग मात्र निश्चय केला. खराच उठलो. जय
मल्हार! हर हर महादेव! सवयीच्या उत्साहजनक घोषणा मनाशी
केल्या. छाती धपापत होती. भोवती, पॅसेजमध्ये, खोलीत सर्व

शांत होतं. आता माघार नव्हती. इतक्या दिवसांच्या छळाची भरपाई करून मगच थांबणार होतो. नजरेला दुसरं काही दिसत नव्हतं. ते गोरं, मांसल शरीर. सर्व वेळ वस्त्राआड राहून वाकुल्या दाखवणारं. तो सरस्वतीसारखा चेहरा, निर्विकार राहून समोरच्याला पेटवणारा. ते गोबरे लुसलुशीत ओठ, बोलताना तिसरंच काही नको ते सांगत आकर्षकपणे हलणारे. बोलावणारे. अध्यात्माच्या झिरझिरीत पडद्याआडचं मूर्तिमंत कामशास्त्र. चालतं-बोलतं. छपरी पलंगावर. झिरझिरीत काळ्या वस्त्रात. भुकेलेलं. वाट पहाणारं. या क्षणी. मी उठलो. अंधारात निघालो. पहिलं दार पार केलं. मध्येच ठेचकाळलो. करंगळी झिणझिणली. ती कुरवाळून दुसरं दार पार केलं. तिसरं दार. एक, दोन, तीन. दिसत नसलं तरी दारांचा हिशेब चालू होता. मनोमन दारं पुन्हा मोजली. तिसरं दार लोटलं. दार उघडलं. आत अगदी मंद दिवा. छपरी पलंग. पलंगावर दुलईत—ती—ते पाठमोरं, उपाशी, मांसल शरीर. चोरपावलांनी पुढं झालो. छाती धडधडत होती. डोळे भारीच जळत होते. तेचतेच ते-आजवर समोर वाढून ठेवलेलं आणि मी गाढवानं हातही न लावलेलं चमचमीत पक्वान्न. श्वासाच्या अंतरावर तास न् तास वावरून हातापलीकडे राहिलेली कमनीय लूट. श्वास आवरला. मनोमन ओरडलो, ऑपरेशन हॉर्स पॉवर— सुरू! आणि पुढे झेपावलो...

[रंगमंचावर काळोख होतो. स्त्रीच्या आवाजातली प्रदीर्घ किंकाळी. पाठोपाठ त्याच आवाजात आणखी एक किंकाळी. अजून एक. मग भयाचे काही चित्कार.

रंगमंचामागील पडद्यावर आता एक लालभडक ओघळ. रक्तासारखा. पूर्ण स्तब्धता. काही क्षण एवढेच.

एकदम प्रेक्षागृहातले सगळे दिवे येतात. रंगमंचामागल्या पडद्यावरचा लाल ओघळ अदृश्य. स्क्रीनवर आता काहीच नाही. रंगमंचावर घोडके प्रेक्षकांना सामोरा बसला आहे. विडी

शिलगावतो. झुरके घेतो. काही विचारात असल्यासारखा वाटतो. विचारातच उठून निघून जातो. पुन्हा येतो. विचारात असावा तसा उभा रहातो. आता मागे 'मी' येऊन पाठमोरा फ्रीज होऊन बसलेला.]

घोडके : ('मी'कडे जाऊन) गुड मॉर्णिंग सरकार.

['मी' वळलेला. रंगमंचावरचे दिवे आलेले. प्रेक्षागृहातले गेलेले. 'मी' विस्कटलेला, त्रस्त दिसतो आहे. जागरणाचा वगैरे.]

घोडके : म्हणलो, गुड मॉर्णिंग. फार वेळ वाजवली कडी. काय झालं कळेना.

['मी' बोलण्याला अनुत्सुक. हरवलेले काही शोधत असावा तसा इकडे तिकडे बघतो आहे.]

घोडके : काय हवं सरकार? माचिस आहे आपल्याकडे. शिगरेट हवी तर मागवू.

[यावर 'मी' त्याच्याकडे पहातो पण नजर भ्रमिष्ट.]

घोडके : मला वाटलं सरकारान्ला स्मोक करण्याची विच्छा झाली. काय ऑर्डर आहे? चहा? ब्रेकफाष्ट? आमलेट मागवू सरकार? समोर काकाच्या घरनं मागवतो हवं तर. (काल्पनिक खिडकीवाटे बाहेर काकाच्या घराच्या दिशेने पहात) ओ काकू सरकार...

मी : नको.

घोडके : हरकत नाही. उकिडव्याचं औषध? नको. तब्येतीत एकदम बिघाड दिसतोय सरकारांच्या. चेहरा पार उतरलाय. रया गेली एका रात्रीत. इथनं चाललो होतो. सरफऱ्याच्या बापाशी होतो रात्रभर. बंका सरफरे. तो आइल डेपोसमोरला टरका बघा. वेड लागलं एकाएकी. त्याला नव्हे, त्याच्या बापाला. आत्ता बरा होता, पुढल्या क्षणाला बिघडला, पार कामातनं गेला. बेफाम झाला बंकाचा बाप. बंका एकटा. त्याला आवरतोय का काय. गेलो मदतीला. अडचण आपली, लोकांची, सारखीच. रातभर तिथंच होतो. पण बरं आहे ना जिवाला?

मी : (त्रासिक स्वर) मला काय धाड भरलीय...

घोडके	: चेहऱ्यावर नाराजी वाटली...
मी	: नन ऑफ युअर बिझनेस.
घोडके	: ते बरोबरच आहे. पण वाटलं, सरकारांच्या मनात घोडकेनं करण्यासारखं काय असलं तर...
मी	: नाही.
घोडके	: निघू तर?
मी	: मी बोलावलं नव्हतं.
घोडके	: मार्केटवर डायरेक्ट येतो मग. गाडी भरून घेऊन येतो.

['मी' पाठ वळवून पोक काढून बसलेला. मागल्या पडद्यावर पुन्हा तो आधीचा लाल ओघळ. घोडके आतून रिती हातगाडी घेऊन येतो.]

घोडके	: ('मी'कडे जातो. 'मी' वळून सामोरा. निश्चल आणि विमनस्क.) हे काय सरकार, सकाळला येऊन गेलो तेव्हा काहीच कल्पना नाही दिली?
मी	: (आणखीच विमनस्क) कसली?
घोडके	: आज तुम्ही मार्केटवर येणार नाही त्याची? पण बरं झालं आला नाही तेच.
मी	: (संशयाने) ते का?
घोडके	: तर काय. आज कोण दुकानदारच जागेवर न्हवता. त्या सारडाशेठच्या पोराचं लगीन आहे बॉम्बेला. मॅरेज पार्टी काल रात्रीच गेलीय तिकडे. थाटात होणार लगीन. दोन्ही पार्टी गब्बर आहेत. मुलाची न् मुलीची. (जरा थांबून) आज शिकवणीला...
मी	: शटअप घोडके.
घोडके	: (जरा वेळ घेऊन) काय झालं सरकार? तसा वाईट हेतू नव्हता घोडकेचा. पण सरकार मार्केटवर लोक बोलत होते आज.
मी	: काय, काय बोलत होते.
घोडके	: म्हणत होते, आपल्या कंपनीनं नव्या हेअर क्रीमचा भाव जरा चढाच ठेवलाय. बाजारात उठाव नाही.

मी : खोटं बोलू नका घोडके...

घोडके : खोटं? देवाशपथ सांगतो सरकार, माझं नव्हे दुकानदाराचं म्हणणं आहे हे...

मी : लोक काय बोलत होते?

घोडके : हेच. आणखी काय, राकेल मिळत नाही, सरकारचं धोरण चूक आहे.

मी : ते नव्हे.

घोडके : मग सरकार?

मी : आणखी काहीच बोलत नव्हते लोक?

घोडके : असलंच आणखी बरंच. दुसरं काय बोलणार?

['मी' संशयाने बघतो आहे घोडकेकडे.]

घोडके : का? सरकारांच्या कानावर काय आलं?

मी : नाही. पण माझ्या संबंधात...

घोडके : तुमच्या संबंधात म्हणता? नवं काय नाही, जुनंच. तिकडे काय लक्ष द्यायचं सरकार? बैलाला काय, माणसाला काय, तोंड हलवायला बरं वाटतं.

मी : जा तुम्ही घोडके.

घोडके : आज रात्रीला काय हवं सरकार? बाबू सरकारला सांगून ठेवतो.

मी : नको. (बेत बदलून) नाहीतर... (पुन्हा बेत बदलून) काही नाही. जा तुम्ही.

घोडके : मग उद्या मार्केटवर...?

मी : (जोराने) येणार.

[घोडके यावर घोटाळलेला. 'मी' अवघडलेला.]

मी : बघता काय? चला तुम्ही.

घोडके : हो.

[घोडके निघालेला. 'मी' त्याच्याकडे संशयाने बघतो आहे. घोडके जाऊन रंगमंचावर मागे पाठमोरा उभा. फ्रीज झालेला. मागील पडद्यावर आता दारूच्या हँगोव्हरसारखे गिचमीड ॲब्स्ट्रॅक्ट पेंटिंग.]

मी	: (प्रेक्षकांना) दिवस चढत गेला तशी भीड जरा चेपली. पोटातली भीती मात्र कमी होत नव्हती. कुठेतरी बरीच लाजही साठली होती. पुन्हा एकदा द ग्रेट च्यूतियानंदन. नॉट ओन्ली ग्रेट... ग्रेटेस्ट! स्वतःचा राग-राग येऊ बघत होता पण भीती त्यापेक्षा मोठी होती. अजून गावात बभ्रा कसा झाला नव्हता? पकडायला पोलीस कसे येत नव्हते? कदाचित्... लॉजपुढे जमलेल्या जमावाकडून मरणदेखील... ठेचून... हालहाल करून... भरपूर विटंबनेनिशी. घोडकेला खरंच काही ठाऊक नव्हतं की तो अज्ञानाची बतावणी करीत होता? काहीतरी नक्कीच होणार असं आतून वाटत होतं आणि काहीच घडत नव्हतं. परिस्थिती भयंकर होती. गावातून तोंड काळं करावं? की मख्खपणाने तूर्त गावातच रहावं? मार्केटवर तोंड दाखवावं की सध्या आजाराच्या बुरख्याखाली तोंड लपवून राहावं? पुढे काय होऊ घातलं आहे? काहीच समजत नव्हतं. मधूनच तसं वाट बघत थांबणं असह्य होऊन वाटे, आपणच बाहेर पडून सर्वांना ओरडून सांगावं... मी अमूक तमूक केलंय. पण शरम आड येत होती. डोकं गच्च झालं होतं. रात्री दारू ढोसून झोपलो पण धसकून सारखी जाग येत होती. वाईट वाईट स्वप्नं पडत होती. घरी सर्व कळलं आहे. मित्रमंडळींत, नातेवाईकांत छी:थू: होते आहे. इट वॉज टेरिबल. अखेर उठलो. (फेऱ्या घालतो.) बेचैनी वाढतच होती. शेवटी बाईच्या नादानेच... चुकलो, नादासाठीच... विकत घेतलेली भगवद्गीता शोधून बैठक मारली... (बसतो.)
तो महान ग्रंथ आयुष्यात प्रथमच भक्तिभावाने उघडला...
[भगवद्गीतेचे वाचन करू लागतो. मागील पडद्यावर तेजोवलय.]

मी	: (ध्वनिमुद्रित वाचन सुरू असता) हा ग्रंथ किती मनःशांतीदायक आहे ते त्या रात्री उमजलं.
[पाठ वळवून फ्रीज होतो. घोडके वळून आत जाऊन ढकलगाडी घेऊन आलेला.]

घोडके	: चला सरकार, मार्केटवर.

['मी'ने चेहऱ्यावर चढवलेल्या मुखवट्यावर काळा चष्मा चढवलेला. तो उगीच छाती काढून फिरतो आहे. मागून घोडके हातगाडी ढकलीत. पडद्यावर पुन्हा लाल डाग.]

मी : (फिरत) कुणाला कसलाच पत्ता दिसत नव्हता. दिवस चढत गेला तसा धीर चेपला. केलं, मग? नसेल जमलं पण हिंमत लागते. पचवून दाखवतोय.

घोडके : (गाडी विंगेत ठेवून येऊन) आताशी सरकार तुम्ही कुठे जात नाही?

मी : (मुखवटा चेहऱ्यावरून काढलेला पण डोळ्यांवर काळा चष्मा.) येतो की. हा काय, मार्केटमध्ये.

घोडके : ते नव्हे. शिकवणी...

मी : सोडली.

घोडके : सोडली?

मी : हो. का? कंटाळा आला. ॲब्सोल्यूटली बोअरिंग.

घोडके : घोडकेला वाटलंच.

मी : काय वाटलं?

घोडके : तसं काही नाही...

मी : म्हणा की. उगीच शब्द कशाला चोरता? म्हणा.

घोडके : खरं सांगायचं तर मनाला शंका शिवून गेली. नाही कसं म्हणावं?

मी : दॅट्स राइट्. माणसानं प्रामाणिक असावं.

घोडके : वाटलं, बाईनं काय भलती वागणूक नाही ना केली सरकार? सरकारांचा अपमान घोडकेचा अपमान. घोडकेला सांगा. असा जाऊन जाब विचारणार. आपण पाठवलं सरकारान्ला— शिकवणीला. मेहनताना मिळाला ना सरकार, शिकवणीचा? नसला तर सांगा.

मी : त्याची फिकीर तुम्ही करू नका, घोडके.

घोडके : असं कसं? आपल्या शब्दावर तुम्हांला घेतलं...

मी : मलाही काही किंमत आहे...

घोडके	: ती तुमच्या शहरात सरकार. बॉम्बेला. राग मानू नका पण इथं शब्द घोडकेचा चालतोय. लोक घोडकेला ओळखतात आणि त्या घरी तुम्ही तर नवखेच होतात. घोडकेचा शब्द गेला म्हणून तुमची नेमणूक झाली. आपण सांगितलं ना सरकार की माणूस एकदम कल्चर आहे. एकदम बिनधोक... म्हणून तुमची नेमणूक झाली. बढाई नव्हे ही सरकार. घोडके छोटा माणूस. लहान गावात राई पर्वत.
मी	: समजलं. तुम्ही आधी डेपोकडे जा. मी लॉजकडे चाललो.
घोडके	: आज चक्कर मारून येईन म्हणतो... तिकडे... बंगलीवर... आपली सहज... गेलो नाही ना बऱ्याच दिवसात...
मी	: (घाईने) नको. (सावरत) लॉजवरच या... डेपोवरून डायरेक्ट तिकडेच या... काम आहे महत्त्वाचं... उगीच वेळ घालवू नका कुठे... मी वाट पहातो.. घोडके गुरुजी, ...नव्हे, सरकार— नक्की या...
	[घोडके हातगाडीसकट आत गेलेला. हातगाडी ठेवून परत येऊन रंगमंचावर मागे प्रेक्षकांकडे पाठ करून बसतो आणि फ्रीज होतो.]
मी	: (घाम पुसत काळा चष्मा डोळ्यांवरून काढून प्रेक्षकांना) घोडके परस्पर तिकडे जातो या घोराने बेचैन झालो. कामाची हूल दाखवून त्याला अडवण्याचा प्रयत्न केला तो एक वेळ जमला असता, त्यानंतर काय? धीर सुटू लागला. घोडकेला आता नाही मग कळणार हे स्पष्ट दिसू लागलं. मग म्हणालो की कळलं तर काय होईल? होऊन होऊन काय होईल? तो बोलणार नसेल तर नुकसान विशेष नाही आणि तो काय बिशाद बोलेल? त्याला नोकरीत रहायचं आहे. नोकरी गेली तर रस्त्यावर यावं लागेल. गाववाले काही दिवस खायला घालतील. पुढे काय? अन्नाला महाग होईल आणि एवढं सुखाचं काम या आडगावात याला दुसरं कोण देणार आहे? आणि एवीतेवी त्याला कळणार हे गृहीतच होतं. मग ठरवलं,

तसं कळण्यापेक्षा आपणच सांगावं हे जास्त बरं. अशा वेळी रोखठोक व्यवहार नेहमीच फायद्याचा.

['मी' सिगरेट शिलगावतो. घोडके वळून 'मी' कडे येतो.]

मी : (सिगरेटचा झुरका घेऊन) या, घोडके. ठेवून आलात गाडी डेपोत?

घोडके : तर. (चाव्या हाती देतो.) या चाव्या.

मी : कुलूप नीट लावलंच असाल? ओढून पाहिलंत? नीट? विसरला नाहीत?

घोडके : गेली वीस वर्षं डेपोला मीच रोज कुलूप घालतोय सरकार.

मी : तरी पण खबरदारी घेत चला. एखादी गोष्ट रोज करतानाच निष्काळजीपणा होतो.

घोडके : (मनावर न घेता) तर सरकार, काय काम होतं? नाही, निघताना मुद्दाम म्हणाला म्हणून विचारलं.

मी : (वेळ घेतो) काम म्हटलं तर होतं, म्हटलं तर नव्हतं देखील. म्हणजे कामच होतं असंही नाही...

[घोडके वाट पहात उभा. मागील पडद्यावर जुन्या नाटकातल्या नटांच्या स्वगते म्हणणाऱ्या आकृती. हॅम्लेट वगैरे.]

मी : घोडके......(अडतो.)

घोडके : पाणी देऊ सरकार?

मी : कशाला? नको. कसले मळके कपडे घालता तुम्ही घोडके. अं? एका मोठ्या कंपनीत काम करता आणि असले कपडे? कपडे एक वेळ फाटके असले तरी हरकत नाही, पण स्वच्छ असले पाहिजेत. स्वच्छ कपडे वापरत चला, घोडके... सरकार. मी तुमच्यासाठी युनिफॉर्म सँक्शन करायला बाँबे ऑफिसला रेकमेण्ड करतो.

घोडके : जाऊन्द्या ना सरकार. या गावात चालतंय. काय सांगणार होतात, सांगा. घोडकेकडनं इकडलं तिकडे होणार नाही. सवयच नाही आपली ती.

मी : (जास्तच अवघडलेला) तुमची उगीच कल्पना झालेली दिसतेय

की मी... म्हणजे... काहीतरी ...फारच महत्त्वाचं सांगणाराय...
पण तसं खरं म्हणजे नाही. म्हणजे काहीच नाही किंवा असं
म्हणा की... मी आपलं उगीच....

घोडके : उगीच?

मी : म्हणजे तुम्ही समजता तेवढं नाही असं म्हणत होतो मी. हो.
(नकळत घाम टिपतो.)

घोडके : आपण काहीच समजलो नाही सरकार. म्हणण्यासारखं काहीच
नसेल तर घोडके चालला.

मी : काहीच नाही असंही खरं म्हणजे म्हणता येणार नाही.

घोडके : सरकार सांगून टाका म्हणजे हलकं वाटेल.

मी : सांगतो की. हो. काही दिवसांपूर्वी एक घटना घडली. घटना.
(घोडकेचा कटाक्ष जाणवून) काय झालं?

घोडके : (पहात) कुठे काय. घोडके ऐकतो आहे.

मी : असे पाहता काय?

घोडके : नेहमीसारखाच पहातो आहे.

मी : नेहमीसारखा मी गेलो. शिकवणी— ला...

घोडके : बरोबर. तुम्ही गेला होतात शिकवणीला.

मी : तर रात्री उशीर झाला. उशीर म्हणजे... आणखी कशामुळे
नाही...

घोडके : शिकवण्यामुळे. आलं लक्षात. अर्धवट माणसाला शिकवायचं
म्हणजे वेळ उशीर होणारच की. मग पुढे?

मी : बाई म्हणाल्या... म्हणाली... लॉजवर आता कुठे जाता, राहा
रात्रीपुरतं इथंच... म्हणजे तेच.... झोपा.

घोडके : बरोबर. काय चुकलं त्यात. गावात परके तुम्ही. रात्री अपरात्री
कुठं जाणार? आणि त्या घरात तसा काहीच परकेपणा नव्हता
उरला. आपल्याला रिपोट आहेच की.

मी : मला पेच पडला.

घोडके : पेच कशाचा? राहून टाकायचं.

मी : तसं नव्हे, नाही म्हटलं तरी बाईमाणूस...

घोडके : तेच सांगतं राहायला तर कशाचा पेच सरकार?

मी : चुकलंही असेल माझं. पण मी राहिलो.

घोडके : चांगलं केलं.

मी : चांगलं की वाईट माहीत नाही. मला काय माहीत की यातून काहीतरी...म्हणजे ... आणखीच ...निघेल?

घोडके : आणखीच म्हणजे सरकार?

मी : मी दिवाणखान्यात झोपलो.

घोडके : बाईनं दिवाणखान्यात झोपवलं तुम्हाला सरकार? दिवाणखान्यात झोप कसली लागती.

मी : लागली थोडी फार. पण मग जाग आली.
[सिगरेटचे पाकीट शोधून एक सिगरेट तोंडात धरतो. घोडके ती स्वत:च्या काडेपेटीने तत्परतेने शिलगावतो.]

मी : कशाला? मी पेटवली असती. (काही झुरके घेऊन) रात्री बाई बिछान्यात आली.
[घोडके पुढे ऐकत असावा तसा.
मागील पडद्यावर आधीचा रक्ताचा ओघळ नव्याने दिसू लागलेला.]

मी : धक्का बसला?

घोडके : छ्या:. पुढे सांगा सरकार.

मी : मला धक्का बसला...

घोडके : त्यात धक्का बसण्यासारखं काय होतं?

मी : घोडके, म्हणजे अपेक्षाच केली नव्हती...

घोडके : कसली?

मी : असलं काही होईल अशी.

घोडके : बाईनं रात्री राहायला सांगितलं तरी? मग तिनं राहायला कशाला सांगितलं सरकार?

मी : पण घोडके...

घोडके : नाही, मी म्हणतो असं कोण मिळालं नाही तर जगेल कशी ती? उमेदीतलं शरीर सरकार, खायला मागणारंच.
['मी' घोडकेच्या प्रतिक्रियेनं गोंधळलेला.]

घोडके : बाईमाणूस झालं तरी भूक लागणारच सरकार. नवरा गेलेला, जवळ पैसा, घरदार, घरात एकुलती एक पोर ती जन्मता येडी. जिवाला काय विरंगुळा नको सरकार? सुख नको?

मी : (विरोध करीत) पण मला कल्पना नव्हती घोडके...

घोडके : आता कल्पना म्हणजे काय सरकार बाईमाणूस सरळ सांगणार मला तुमच्यासंगं झोपायचं आहे म्हणून का काय? बाईची जात, संकोच असतो. गावात कुठं बोलण्याची चोरी. कळलं तर घराण्याच्या अब्रूचा प्रश्न. बाहेरनं तरणंताठ कोण रोज थोडंच येतंय.

मी : घोडके माझी तिच्याबद्दलची कल्पना अशी नव्हती...

घोडके : यात तिची काय चूक सरकार?

मी : तिची ती बौद्धिक भूक, आध्यात्मिक ओढ. संस्कृतीबद्दलचा अभिमान... मुख्यत:, मेलेल्या नवऱ्या...नव्हे, दिवंगत पतीबद्दलची जाज्ज्वल्य निष्ठा... (थांबून घोडकेकडे पहातो.)

घोडके : (वाट पाहून) बोला सरकार, घोडके ऐकतोय.

मी : पतीच्या आठवणींनी केव्हाही गहिवरायची ती. त्यानं कुत्र्याचा पुनर्जन्म घेतलाय म्हणून सात घाणेरडी कुत्री पाळली होती तिनं. पुढे ती नऊ झाली.

घोडके : घोडकेला ठाऊकाय. कुत्रं कुत्र्याच्या वळणावर गेलं म्हणून बाहेर काढली सगळी...

मी : हे सगळं असताना...

घोडके : सरकार याचा आणि तिच्या भुकेचा संबंध काय? मनात लाख देवाधर्माचे विचार केले म्हणून भूक भागते थोडी? भूक ती भूक. तिला पोटभर खायला लागतं सरकार. मग ते धर्माचं का अधर्माचं त्याचा विचार कोण करीत नाही. चोरीचंसुद्धा चालतं.

मी : घोडके, हे भयंकर आहे...

घोडके : जाऊन्द्या सरकार. दिलं ना तिला हवं होतं ते? पोटभर दिलं? शांत केला जीव तिचा?

मी : (सात्त्विक संतापाने) समजता कोण घोडके मला तुम्ही? मी

तिला साफ म्हणालो...

घोडके : (मोठा उसासा टाकून) शेवटी म्हणालातच!

मी : मग काय करायला हवं होतं?

घोडके : जाऊन्द्या सरकार आता. अंदाज चुकला घोडकेचा. निघतो आपण. तुम्हांला पण झोपायचं आहे. सकाळी मार्केट आहे. (निघण्यासाठी वळलेला.)

मी : (घोडकेपुढे या क्षणी हीन दीन.) मग तुमचं म्हणणं काय, घोडके.

घोडके : आता त्याचा उपेग काय? हारलेल्या लढाईची जास्ती चर्चा कशाला?

[घोडके मागे जाऊन पाठ करून फ्रीज झालेला.]

मी : (प्रेक्षकांना) हरलेल्या लढाईची चर्चा कशाला? वाटलं की कुणी कानाखाली वाजवून चालतं झालं आहे. झिणझिण्या जात नव्हत्या. म्हणालो, घोडके, लढाई हरलो पण तशी हरलेलो नाही, लढून हरलोय. शर्थीनं लढण्याची कधी नव्हे ती जिद्द केली पण सालं नशीब पुन्हा एकदा गांडू निघालं. अंधारात दरवाजांचा हिशेब चुकला. आईऐवजी... मुलगी गडबडीत हाती लागली आणि...

[साउंड ट्रॅकवर आधीच्या तीन किंकाळ्या, चित्कार, नंतर स्तब्धता.]

मी : म्हणत होतो, गाढवा थांब पण काही थांबत नव्हतं. मग थांबलं. एखाद्या टिनपाटासारखा फुटून वाहून गेलो होतो. रिता झालो होतो. मागे पावलं वाजली. कुणीतरी आलं. खोलीतला दिवा लागला.

[दिवा लागलेला. बाई उभ्या, त्यांनी दिवा लावल्यासरस मी अस्ताव्यस्त, तारवटला उभा. बाई त्यांच्या थंड, जाळत्या नजरेने 'मी' ला पाहताहेत]

बाई : (फक्त एक तुच्छतेचा उद्गार.) हुं:!

मी : वाटलं होतं की ती पुढे म्हणेल...

बाई : (रेकॉर्डेड शब्द) चालता हो घरातून. नीच नराधम. यासाठी बहाणा करून या घरात राहिलास! यासाठी तुला विश्वासाने घरात राहू दिला! माझ्या अश्राप, वेड्या पोरीवर पाशवी बलात्कार! संस्कृती नसलेला दोन पायांचा पशू. मानवी लांडगा. विकृत मनोवृत्तीचा माथेफिरू. कोण आहे रे तिकडे? याला बाहेर काढा! याला पोलिसाच्या ताब्यात द्या! याच्या या गलिच्छ कृत्याचा डांगोरा गावभर पिटवा!

मी : असं तिनं म्हणावं असं वाटत होतं; पण ती काहीच म्हणत नव्हती. फक्त तिचा तो थंड, जाळता कटाक्ष. त्या नि:शब्द कटाक्षाचे घणाघाती प्रहार माझ्यावर पुन:पुन्हा होत होते. त्याखाली मी पुन्हा पुन्हा चूर-चूर होत होतो. झुरळासारखा चिरडून निघत होतो...

[मागील पडद्यावर प्राणांतिक वेदना जगत असलेल्या स्त्रीच्या चेहऱ्याचे मोठमोठ्या फटकाऱ्यांनी चितारलेले चित्र.]

मी : अखेर मीच केव्हां तरी पाय ओढीत माझ्याच प्रेतासारखा त्या घराबाहेर पडलो. मागे पहाण्याची हिंमत नव्हती. त्या ठिकाणाहून लांब जात होतो तितका शरमेने जास्त जास्तच काळा ठिक्कर पडतो आहेसं भासत होतं. अंधाराकडेसुद्धा तोंड वर करून बघण्याची हिंमत होत नव्हती. टेरिबल. जस्ट टेरिबल.

['मी' असा उभा असता ताडपत्रीवाला लांब ढांगा, टाकत प्रवासांनी पोचे आलेल्या सूटकेससकट येतो.]

ताडपत्रीवाला : (उत्साहाने) गंगू, गंगू, साला कॉँग्रॅच्युलेट कर तू माला, कॉँग्रॅच्युलेट कर. गूड न्यूज. ('बळे'च 'मी'चा हात हलवून सोडीत) थँक यू, थँक यू. अरी आपडी वाइफ ...तिला डिकरा झ्याला. मी भाकरवाडीला होता आनि टेलिग्राम मेळाला. साला रिस्पोन्सिबिलिटी सरली. दत्तगुरूची किर्पा. मी टूरवरती असते वखतच साला वाइफला दिवस गेला. मी हिकरे स्तोत्र वाचत होता आणिक तिकरे वाईफ कन्सीव्ह होत होती ...कॅन यू बीट इट बॉय? धमालची कमाल हाय का नाय साला? चमत्कार

हाय का नाय? (वर पहात नमस्कार करून 'मी' ला डोळा घालतो.)

मी : (हात जोडून) गुरू देव!

ताडपत्रीवाला: सेलेब्रेट केला पायजेल नाय? केला पायजेल का नाय? आजपास्ने समदे उपास तपास खतम ... आपुन साला सेलेब्रेट करनार...

मी : मी येणार...

ताडपत्रीवाला : च्याल तू, तू पण च्याल. ग्रेट फन साला. ग्रेट फन.

[आला तसा ताडपत्रीवाला पोचे आलेली सूटकेस उचलून लांब ढांगा टाकीत आत गेलेला. रंगमंचावर 'मी' उरतो. काही क्षण पूर्ण स्तब्धता.]

मी : (प्रेक्षकांना, घसा खाकरून) काही का असे ना, जमेला एक अनुभव झाला. ताडपत्रीवाल्याच्या भेटीनंतर आणि त्यानं दिलेल्या पुत्रप्राप्तीच्या सुवार्तेनंतर आणखी एक शुभ घटना घडली. मी पत्र लिहून घरी कळवलं की लग्न कर्तव्य आहे, लवकर एक उपवर मुलगी पाहा. बाकी कशीही चालेल, तब्येतीने निरोगी हवी.

[साउंड ट्रॅकवर चौघडा सनई, बँड, स्क्रीनवर लग्नविधी, वरात. सनई चौघडा अस्पष्ट वाजतच राहतो.]

मी : पहिल्या रात्री आधीच्या फजितीचा दामदुपटीने बदला उगवला. म्हणालो हम भी कुछ कम नही. त्या गावी पुन्हा गेलो नाही. ती नोकरीच सोडली. बायकोचा पायगुण चांगला. तीनशे रुपये कमी पगाराचा पण बिनफिरतीचा एक आराम जॉब मिळाला. प्रमोशन वगैरे मिळून आता ईश्वरकृपेनं सर्व ठीक चाललं आहे.

[मागील पडद्यावरचा विडी पेटवतानाचा घोडकेचा चेहरा एकदम बदलून, प्रेक्षकांकडे टवकारून पहातानाचा त्याचा चेहरा येतो. मागे साउंड ट्रॅकवर पसायदान सुरू होते. 'जो जे वांच्छील तो ते लाहो...' इत्यादी. 'मी'ने विदूषकाचा मुखवटा चेहऱ्यावर

चढवलेला. लाउड रॅप संगीत चालू होते. विदूषक त्यावर साजेसे कंबर वगैरे हलवून नाचत प्रेक्षक आणि आपण एकच असल्यासारखे हावभाव करीत असता रंगमंचावरचे दिवे विझू लागतात.]

□ □ □